अयोध्येचा रावण आणि लंकेचा राम

राम आणि रावण ह्यांच्या वैचारिक सह-अस्तित्वाची अभिनव पुराणकथा

लेखक
दिनकर जोषी

अनुवाद
सुषमा शाळिग्राम

मेहता पब्लिशिंग हाऊस

Email : production@mehtapublishinghouse.com
Website : www.mehtapublishinghouse.com

- *या पुस्तकातील लेखकाची मते, घटना, वर्णने ही त्या लेखकाची असून त्याच्याशी प्रकाशक सहमत असतीलच असे नाही.*

AYODHYANO RAVAN ANE LANKANA RAM by DINKAR JOSHI
Originally Published in Gujarati

© Dinkar Joshi

Translated into Marathi Language by Sushma Shaligram

अयोध्येचा रावण आणि लंकेचा राम / अनुवादित कादंबरी
Email : author@mehtapublishinghouse.com
अनुवाद : सुषमा शाळिग्राम

मराठी अनुवादाचे व प्रकाशनाचे हक्क मेहता पब्लिशिंग हाऊस, पुणे.

प्रकाशक : सुनील अनिल मेहता, मेहता पब्लिशिंग हाऊस,
१९४१ सदाशिव पेठ, माडीवाले कॉलनी, पुणे - ४११०३०.

मुखपृष्ठ : चंद्रमोहन कुलकर्णी

प्रकाशनकाल : ऑक्टोबर, २०११ / ऑगस्ट, २०१३ / मार्च, २०१६
पुनर्मुद्रण : जुलै, २०१६

P Book ISBN 9788184982923
E Book ISBN 9788184989755
E Books available on : play.google.com/store/books
www.amazon.in/b?node=15513892031

श्रद्धेय पू. मोरारिबापूंच्या श्रीचरणी...

अयोध्या नगरी नकाशात कुठेही असो,
आमच्या लेखी तुम्हीच चालतीबोलती अयोध्या आहात.

— दिनकर जोषी

प्रस्तावना

वाल्मीकीने रामायण लिहिले, असे आपण सगळे अगदी प्राथमिक शाळेत असतानाच शिकलो आहोत. 'मरा मरा' म्हणणाऱ्या दरोडेखोर वाल्याची गोष्ट माहीत नाही, असा माणूस सापडणार नाही. रामायणातला एखादा प्रसंग एक वेळ माहीत नसतो, पण वाल्या कोळ्याची गोष्ट माहीत असतेच असते. वाल्मीकीने रामायण लिहिले ह्यावर दुमत नाही; परंतु वाल्मीकी हा सर्वांत पहिला रामायणकार होता हे काही विद्वानांना मान्य नाही. वाल्मीकी नक्की केव्हा होऊन गेला, हे कोणालाच सांगता येत नाही. फार काय, रामायणाच्या काळाबद्दलही अनेक मतमतांतरे आहेत. ह्या पंडितांच्या मते वाल्मीकीपूर्व काळातही लोककंठांतून रामकथा गायली जात होती; श्रवण परंपरेने ती प्रचलित होती; वाल्मीकीने केवळ ह्या 'लोककथे'ला ग्रंथबद्ध करण्याचे काम तेवढे केले आहे. ह्यातले खरे काय ते निर्भेळ सत्य हाती लागणे जवळ जवळ अशक्य आहे; परंतु तुमच्या-आमच्या लेखी तरी वाल्मीकीच पहिला रामायणकार होता, आहे आणि असेल.

आज आपले सगळ्यांचे अस्तित्व 'रामाने' व्यापून टाकलेले आहे. राम हा आपल्या अस्तित्वाचाच जणू एक भाग बनला आहे. ह्या 'रामाला' जर तुलसीदास 'भेटले' नसते, तर हे असे घडले नसते, एवढे मात्र मान्य करावे लागेल. तुलसीदासांच्या आधी रामकथेचे समूहवाचन, समूहगान किंवा समूहश्रवण होत असल्याची कुठे नोंद आढळून येत नाही, हे पाहता, एवढे निश्चित म्हणावे लागेल की, रामकथेचे उगमस्थान जे असेल ते असो, पण तुलसीदास नसते, तर रामकथा आपल्याला कदाचित इतकी 'आपली' वाटली नसती.

रामायणासारखाच महाभारत हासुद्धा भारतीय संस्कृतिदर्शक ग्रंथ आहे. श्रीकृष्ण हे त्यातील विविधांगांनी नटलेले, अत्यंत महत्त्वाचे एक पात्र! श्रीकृष्णाच्या व्यक्तिमत्त्वाला रामापेक्षा कितीतरी अधिक पैलू आहेत आणि तरीही महाभारत हा ग्रंथ रामायणाइतका सर्वव्यापी होऊ शकला नाही, हे वास्तव आहे. त्यामागची कारणे कोणी कितीही

सांगोत; पण सत्य हेच की कृष्णाला अजूनही एखादा तुलसीदास भेटला नाही! जनमानसात कृष्णाची जी प्रतिमा आहे, ती श्रीमद् भागवतात भेटणाऱ्या कृष्णाची; आणि भागवतातील कृष्णाला तर मूळकथेपेक्षा दंतकथांनी, लोककथांनी आणि प्रतीककथांनी पार वेढून टाकले आहे. कृष्ण खरा कसा होता, हे समजून घ्यायचे असेल तर आपल्याला महाभारताकडेच वळावे लागेल.

रामायण काय किंवा महाभारत काय, दोन्ही ग्रंथांमध्ये त्या त्या ग्रंथाच्या मूळ रचनाकाराने निर्मिलेला कथाभाग किती आणि नंतर घुसडला गेलेला, प्रक्षिप्त कथाभाग किती ह्याचा 'नीरक्षीर न्याय' करू शकेल असा मानसरोवरातला राजहंस अजूनही आपल्याला गवसला नाही. अशा तऱ्हेचा नीरक्षीर न्याय लावायचे पुष्कळ प्रयत्न आजपर्यंत पुष्कळ विद्वानांनी केले; परंतु (रामायणाची बडोद्याची आणि महाभारताची पुण्याची अधिकृत प्रत लक्षात घेतली तरीही) कोणत्याच एका निष्कर्षाला सर्वसंमती मिळालेली नाही. महाभारतकथेच्या घनदाट, निबिड अरण्यात शिरताना छातीत हिंमतही तेवढीच असावी लागते. तुलनेने रामायणाची कथा सरळ आहे; रामाला केन्द्रस्थानी ठेवून लिहिली आहे. राम हाच ह्या कथेचा स्वयंसिद्ध नायक आहे. स्त्रीचे सौंदर्य हाच तिचा शत्रू ठरतो असे म्हटले जाते. तसेच काहीसे रामकथेचे आहे. रामकथेची सरलता हीच तिची मोठी अडचण ठरली आहे.

नेताजी सुभाषचंद्र बोस आणि त्यांची आझाद हिंद सेना ह्यांचे भारतीय स्वातंत्र्य संग्रामाच्या इतिहासात अजोड स्थान आहे. कोणीतरी नेताजींना विचारले होते, "समजा तुमच्या फौजेने अगदी दिल्लीपर्यंत धडक मारली, तरी वायव्येकडील खैबरखिंडीतून हिंदुस्थानावर होणारी आक्रमणे तुम्ही कशी थोपवाल?" त्या वेळी नेताजींनी मोठे बाणेदार उत्तर दिले होते. ते म्हणाले, "यापुढे भारतीय सैन्याला खैबरखिंडीचे रक्षण करत बसावे लागणार नाही, भारतीय सैन्यच खैबरखिंडीतून बाहेर पडेल." गर्भितार्थ स्पष्ट आहे. भारतीय इतिहासाच्या कोणत्याच टप्प्यावर आपले साम्राज पसरविण्याच्या इराद्याने भारताने कोठेही स्वाऱ्या केल्या नाहीत. त्यामुळेच की काय, आपली सगळी शक्ती सदैव आक्रमणांपासून बचाव करण्यातच एकवटली गेली आहे. ह्या 'रक्षणात्मक' नीतीपायीच इराणच्या दरायस (Darayas) पासून ते ग्रीक, पल्लव, शक, सिथियन्स (Sythians), तार्तार, मोगल, मुसलमान आणि सरतेशेवटी अगदी इंग्रजांपार्यंत सगळ्यांनीच ह्या देशाला आपल्या टाचेखाली चिरडले आहे. लष्करी आक्रमणे भारताने केली नसतीलही; परंतु सांस्कृतिक आक्रमणे निश्चितच केली आहेत. इसवी सनपूर्व तिसऱ्या शतकात सम्राट अशोकाने सर्वप्रथम आपला पुत्र महेन्द्र आणि कन्या संघमित्रा ह्या दोघांना बौद्ध धर्माचा संदेश घेऊन लंकेला पाठवले. तेव्हापासून सुमारे एक हजार वर्षांपर्यंत हे संस्कृती-प्रसाराचे कार्य सतत सुरू होते. कनोजच्या राजा श्रीहर्षाच्या काळात म्हणजे इसवी सनाच्या

सातव्या शतकात ह्यु-एन-त्संग हा चिनी प्रवासी गाठोडी भरभरून ग्रंथ बरोबर घेऊन चीनला परत जाईपर्यंत ही परंपरा चालू राहिली. आठव्या शतकात मुसलमानांचे आगमन झाले त्या वेळी मात्र ह्या देशाला वेगळाच जबरदस्त हादरा बसला. ह्याआधी अनेक स्वाऱ्या झाल्या होत्या, किती तरी आक्रमणे झाली होती, परंतु त्या आक्रमकांपैकी कोणीच मंदिरे विध्वंसली नव्हती, धर्मांतरे करवली नव्हती (बौद्ध, जैन आणि हिंदू ह्यांच्यातील प्रच्छन्न वैमनस्याची, छोटी-मोठी भांडणे, मारामाऱ्या झाल्याची किरकोळ उदारहणे घडली होती म्हणा!). त्या उलट, आपले 'स्वत्व' भारतीय समाजात विलीन करून हे आक्रमण करणारेच भारतीय होऊन येथे राहिले होते. मुसलमानांनी मात्र तसे केले नाही. त्यामुळेच की काय, प्रत्युत्तरादाखल एतद्देशीय हिंदू समाजानेही सदैव – अगदी आजामितीपर्यंत – त्यांना परकेच मानले, आपले मानलेच नाही. अर्थात, हा जरा वेगळा मुद्दा झाला. मूळ मुद्दा असा की, संस्कृती-प्रसारासाठी भौगोलिक सीमा ओलांडून परदेशात गेलेल्या भारतीयांनी राम आणि बुद्ध सर्वाधिक प्रदेशांत आणि सर्वाधिक लोकांपर्यंत नेऊन पोहोचवले आहेत.

कुठलीही स्थानिक प्रजा जेव्हा एखादा विदेशी सिद्धान्त किंवा परकीय विचार आपलासा करते, त्या वेळी स्वाभाविकपणेच त्या सिद्धान्तात, विचारात किंवा तत्त्वात आपल्या समाजानुरूप काही बदल करत असते. किंबहुना असे बदल घडत जातात असे म्हणणे सत्याला धरून होईल.

तिबेट, इण्डोनेशिया, सयाम (थायलंड), ब्रह्मदेश, लंका ह्या सर्वच देशांत रामकथा तिच्या सरलतेमुळे आणि विशेषत: तिच्यातील 'कुटुंबप्रधानते'मुळे स्वीकारली गेली. तिला 'आपलीशी' करता करता काळाच्या ओघात मूळ वाल्मीकी कथेपासून ती दूर गेली, वेगळी झाली. लोकप्रिय होण्याच्या भरात मूळ कथाप्रवाहाला लागलेले वेगळे वळण एवढ्या थराला पोहोचले की, बौद्ध रामायणाने राम-सीतेला भाऊ-बहीण करून टाकले. या प्रदेशांमध्ये, तसेच इतर काही प्रदेशांमध्ये स्थानिक धर्माखेरीज प्रारंभी काही अंशी हिंदू धर्माचा शिरकाव झाला होता. पुढे बौद्ध धर्म तेथे फोफावला आणि पुढे मुसलमानांनी तर परिसीमाच गाठली. आपापल्या धर्माच्या प्रभावानुसार नवनव्या रामकथा लिहिल्या गेल्या. काही लेखक असेसुद्धा निघाले की, आपले स्वत:चे म्हणणे जास्तीत जास्त लोकांपर्यंत पोहोचावे म्हणून आधीच लोकप्रिय असलेल्या रामकथेचा आधार घेऊन त्यांनी रामायणच नव्याने लिहिले. परिणामी, एखाद्या रामकथेत सीता रावणाची मुलगी बनली, तर कुठे बालब्रह्मचारी हनुमान संसारी गृहस्थ दाखवला गेला. कुठल्याशा कथेत तर राम आणि रावण दोघेही कोण्या साधूच्या उपदेशाने प्रभावित होऊन अहिंसेचे पुजारी असे मुनी झाले. असले फेरफार व्हावेत ह्यात फारसे नवल नाही. वाल्मीकीच्या रामकथेपेक्षा वेगळी

म्हणता येतील, अशा कितीतरी कथानकांची खुद्द हिंदुस्थानातच तुलसीदासांनी भर घातली आहे; तर काही मुळातूनच काढून टाकली आहेत. तुलसीदासांनंतरची हिंदुस्थानातील सर्वांत लोकप्रिय रामकथा आहे तमीळ महाकवी कंबन ह्यांची. ह्या कंबन रामायणातही अनेक बदल आहेत. (पंचवटीच्या कुटीबाहेर लक्ष्मणाने आखून दिलेल्या 'लक्ष्मणरेषे'ची कहाणी जशी तुलसीदासांची 'निर्मिती' आहे, तशीच सीतेला स्पर्शही न करता पंचवटीचा संपूर्ण भूभागच रावणाने उचलून नेला होता, अशा रोमांचक कल्पनेचे कंबन हेच जनक आहेत. ह्या दोन्ही घटनांशी वाल्मीकींचा काही संबंध नाही.)

थोडेसे विषयांतर होईल, परंतु कवी कंबन ह्यांच्याबद्दलच्या मजेशीर अज्ञानासंबंधी एक गोष्ट सांगितल्यावाचून राहवत नाही. 'पेज थ्री' संस्कृतीत आकंठ बुडलेल्या तरुण पिढीचा असल्या 'संस्कृती-ग्रंथांशी' क्वचितच संबंध येतो, परंतु असे ग्रंथ आपल्या वाचनात येत नाहीत, हे मान्य करणे लज्जास्पद आहे, ह्याची जाणीव त्यांना आहे. कंबन हे नाव इंग्रजीत KAMBAN असे लिहिले जाते हे सगळ्यांना माहीत आहे. एका विद्वान, प्रगल्भ (?) गुजराती पत्रकाराने वर्तमानपत्रातील आपल्या सदरात कंबन रामायणाचा उल्लेख करताना 'कामबाणा'चे रामायण असा उल्लेख वारंवार, सतत केला होता. अर्थात त्याने कंबन कवीचे नावही ऐकले नव्हते, हे उघडच आहे. इंग्रजीत कंबन कवीबद्दल कुठेतरी काहीतरी वाचले होते आणि आपली विद्वत्ता दाखविण्याच्या भरात KAMBAN चे कामबाण करून टाकले. (बिचारा काम आणि बिचारी रती!)

रामकथेच्या नावाने आजमितीला वेगवेगळ्या भाषांत, वेगवेगळ्या प्रदेशांत आणि वेगवेगळ्या धर्मांत मिळून सुमारे तीनेकशे रामायणे उपलब्ध आहेत, असा अंदाज आहे. सोळाव्या वर्षी रामाला वैराग्य येते, राम गृहत्याग करतो, वनवासी होतो आणि नंतर कुलगुरू वसिष्ठ त्याची समजूत घालून, त्याला उपदेश करून जीवनाचा अर्थ समजावून देतात अशी कथा आपल्याकडे प्रसिद्ध म्हणता येईल अशा योगवसिष्ठ रामायणात आहे. कृष्णाच्या रासलीलेने अत्यंत भारावून गेलेल्या लेखणीबहाद्दरांनी रासलीला करणारा रामही रंगवायला कमी केलेले नाही. रामायणाच्या नावाखाली हे सगळे चालत आले आहे. पुढे जाता, ललित साहित्य म्हटले जातील असे अनेक असामान्य काव्यात्मक ग्रंथही लिहिले गेले आहेत. भवभूती आणि कालिदासही त्यातच आले.

ह्या पुस्तकातील ह्यानंतरच्या पानांमध्ये जी कादंबरी सादर झाली आहे, तीवर लेखक म्हणून माझे नाव मुद्रित झाले असले, तरी खरे सांगायचे म्हणजे वर उल्लेखलेली अनेक रामायणे, प्रचलित लोकगीते, लोककथा, श्रुतिकथा ह्यातून मांडल्या गेलेल्या वेगवेगळ्या कल्पनांचे सार एका विशिष्ट अनुभूतीदाखल सुग्रथित

करण्याचाच हा माझा एक प्रयत्नमात्र आहे. ही कथानके किती खरी, हा प्रश्नच उपस्थित होत नाही. 'समग्र रामकथा हीच मुळात निव्वळ पुराणकथा आहे, यात सत्याचा लवलेश नाही, असा कोणी राम कधी झालाच नव्हता आणि अयोध्या म्हणजे उत्तर प्रदेशातील गाव नाहीच, जावा बेटावरचे जोग्या नावाचे ते एक नगर आहे, थायलंडमधील अयुथ्या (अयोध्या) नावाचे गाव हीच रामजन्मभूमी आहे...' असली विधाने 'पुराव्यांनिशी' करणारेही कमी नाहीत. रामकथा तपासून, पडताळून पाहणे हा प्रस्तुत पुस्तकाचा उद्देश नाहीच. वाल्मीकींची मूळ रामकथा हा माझ्यापुढचा आदर्श आहे. मूळ रामकथेच्या पात्रांची, तिच्या कथानकाची ह्यात भले पुष्टी झाली नसेल, निष्ठापूर्वक समर्थनही नसेल, क्वचित कुठे तिच्यावर नगण्य जुलूम झाला असेल, पण तरीसुद्धा कुठेही कृत्रिम विरोधाभास वाटू नये अशा अकृत्रिम सहजतेने ह्या कथेचे विणकाम करण्याचा हा निष्ठापूर्वक केलेला प्रयास आहे. तुलसीदासाने लक्ष्मणरेषेचा प्रसंग किंवा केवटाच्या नावेचा प्रसंग ज्या पद्धतीने रंगवला आहे, त्यामुळे मूळ कथा कुठेही खंडित होत नाही. भवभूतीच्या उत्तररामचरितात सीतात्यागानंतर पुन्हा पंचवटीत गेलेला विरह-व्याकूळ राम मूर्च्छित होतो, असे दाखवल्यामुळे रामकथेच्या प्रवाही सातत्याचा भंग होत नाही. ह्या ठिकाणी जे विविध प्रसंग रामकथा म्हणून गुंफले आहेत, ते सर्वच्या सर्व कुठे ना कुठे, कोणी ना कोणीतरी आधीच म्हटले आहेत; मी केवळ नक्षीकाम तेवढे केले आहे. वाटले तर त्याला 'कोलाज आर्ट'चा एक नमुना म्हणा!

एक गोष्ट मात्र कबूल केली पाहिजे. रावणाच्या राक्षसत्वाची जी विभावना (Concept) मी येथे मांडली आहे, ती मात्र आतापर्यंत उल्लेख केलेल्या कोणत्याच रामकथेत माझ्या पाहण्यात नाही. रावणाकडून 'ब्रीफ' घेऊन रावणाचा वकील ह्या नात्याने मी त्याचे मनोमंथन चित्रित केले नाही; परंतु रावणाबद्दल ज्या संकल्पना (Concepts) प्रचलित आहेत, जे विचार रूढ झाले आहेत (कुठे कुठे रावणाची मंदिरे आहेत आणि काही जणांनी रावणाला देव मानले आहे) त्यांचा मागोवा घेता घेता, त्यातून 'रावण अमुक असासुद्धा विचार करू शकतो' अशी माझी एक मनोभूमिका तयार झाली. रावणाच्या मनोभावनेपुरते म्हणायचे, तर ते यश किंवा अपयश माझे आहे. रामाला (रामाच्या प्रतिमेला) कुठेही धक्का लागू नये, राम जसा आहे तसाच एकसंध राहावा अशी माझी इच्छा आहे. एखाद्या रामभक्त वाचकाचे मन कंपित झाले, एखाद्याच्या हृदयाचा थरकाप झाला, असे होईलही; अशक्य काहीच नाही; परंतु त्यात माझा दोष नाही. आपण रामनाम जपतो, रामकथाश्रवणाचे सोहळे करतो, तरीही वालिवध अथवा सीतेचे अग्निदिव्य आणि अखेरीस सीतात्याग ह्या प्रसंगांमध्ये रामाच्या भूमिकेबद्दल मौनच राखतो; परंतु तो तर्कदोषाचा भाग आहे.

'प्रकाशाची सावली' कादंबरीच्या केंद्रस्थानी हरिलाल होता. कादंबरीची रचना

करताना मूळ इतिहासात कलेसाठी केलेल्या अपवादांखेरीज अन्य कोठेही, कसलीच ढवळाढवळ केली नव्हती; तरीसुद्धा मी गांधीजींच्या प्रतिमेला धक्का लावला आहे असे काही वाचकांना वा त्या कादंबरीचे नाट्यरूपांतर पाहणाऱ्या एका प्रेक्षकवर्गाला वाटल्यावाचून राहिले नाही. प्रस्तुत कादंबरी लिहिताना वरील अनुभव मी सतत मनात ठेवला होता. एखादी गोष्ट निदर्शनास आणताना आपण त्या गोष्टीकडे बोट रोखतो. बघणारा माणूस दाखवल्या जाणाऱ्या गोष्टीकडे बघायचे सोडून रोखलेल्या बोटावरच स्वत:चे लक्ष केन्द्रित करू लागला, तर त्याबद्दल बोट रोखणाऱ्यालाच शिक्षा करण्यात औचित्य नसते. रावण राक्षसकुळातला होता, हे आपण सगळेच मान्य करतो; परंतु शेवटी हे राक्षसकुल म्हणजे भारताच्या आर्य परंपरेचाच एक भाग होते. ब्राह्मण सदैव तपस्वीच असतो आणि 'बनिया' नेहमी लोभीच असतो, असे धरून चालण्यात आपलीच मर्यादा अधोरेखित होते. सामान्यत: तसे असते हे खरे, पण ते पूर्ण सत्य मानून चालता येत नाही.

क्षणभर अशी एक खोडकर कल्पना करू या. समजा, राम-रावण युद्धात रावणाचा जय झाला असता, तर वाल्मीकीचे हे रामायण सध्याच्या स्वरूपात असते का? पांडवांऐवजी कौरव विजयी झाले असते, तर महर्षी व्यासांनी महाभारत कसे लिहिले असते? अलीकडच्या काळात हिटलर पराभूत झाला म्हणून खलनायक ठरला, पण विचार करा, बॉम्ब टाकून हिरोशिमा आणि नागासाकीसारख्या शहरांचा विध्वंस घडवून आणणारा अमेरिकन राष्ट्राध्यक्ष ट्रुमन किंवा ब्रिटिश पंतप्रधान चर्चिल हेही युद्ध-गुन्हेगार नाहीत काय? केवळ निर्भेळ दृष्टीने इतिहासाकडे पाहायला आपण अजून शिकलो नाही; परंतु असा प्रयत्न करून पाहण्याजोगा आहे.

शेवटी,

या कादंबरीचं गुजराती वाचकांनी मनापासून स्वागत केलं आहे. आता ती मराठी वाचकांसमोर ठेवताना आनंद वाटत आहे. याचं श्रेय अनुवाद सुषमा शाळिग्राम व मराठी प्रकाशक मेहता पब्लिशिंग हाऊस यांना दिलं पाहिजे.

... आणि अखेरीस अर्थातच आपण सर्व!

सर्वांचे आभार!

– दिनकर जोषी

चार शब्द माझेही...

श्री. दिनकरभाई जोषींची मी अनुवादित केलेली तीन पुस्तके ह्याआधी प्रकाशित झाली आहेत. ती तीनही पुस्तके ढोबळमानाने पाहता 'निबंध' किंवा 'समीक्षा' ह्या प्रकारची आहेत.

'अयोध्येचा रावण आणि लंकेचा राम' ह्या पुस्तकातूनही मुख्यत्वे दिनकरभाईंमधील अभ्यासकच प्रगट झाला आहे. प्रस्तुत पुस्तकासाठी त्यांनी 'कादंबरी' हा आकृतिबंध निवडला आहे एवढेच!

'अयोध्येचा रावण आणि लंकेचा राम' हे शीर्षक म्हणजे केवळ चटकन लक्ष वेधून घेण्यासाठी केलेली शब्दचमत्कृती नसून त्यांनी पुस्तकात जे मांडायचा तटस्थ प्रयत्न केला आहे, त्याचेच हे कल्पक शब्दरूप आहे.

प्रत्येक लेखकाच्या लेखनामागे एखादी प्रेरणा, एखादा हेतू असतो. तो हेतू, ती इच्छा अतिशय प्रखरतेने बळावली की, शब्दांच्या माध्यमातून ती जगापुढे मांडल्याविना त्याला राहवत नाही. मग ते लेखन सर्वमान्य ठरो अथवा त्यामुळे भुवया उंचावल्या जावोत, लेखकाला त्याची फारशी फिकीर वाटत नाही.

मनुष्यमात्राचे दुसऱ्याप्रती वर्तन, विचार, अंदाज, तर्क हे शक्यतो स्वत:चे, आपल्या स्वत:च्या विचारशक्तीवर, अनुभवांवर आधारित असावेत. कोणताही विचार केवळ पूर्वापार चालत आला म्हणून किंवा सोयीस्कर आहे म्हणून किंवा आपल्याला स्वतंत्र विचार करायचा त्रास नको म्हणून समोर आला तसाच्या तसा स्वीकारला असे होऊ नये.

श्री. दिनकरभाई जोषींनी त्यांच्या इतर अनेक पुस्तकांप्रमाणेच ह्या पुस्तकातही असेच स्वत:चे काहीतरी मांडण्याचा प्रयास केला आहे. संपूर्ण पांढरे किंवा संपूर्ण काळे असे जगात काही नसते. पांढऱ्या अथवा काळ्या रंगाच्या प्रमाणानुसार त्या त्या गोष्टीला विशिष्ट वर्गात ठेवले जाते. मुख्य म्हणजे विशेषत्वाने पांढरा भासणाऱ्यात थोडा काळा आणि प्रामुख्याने काळा दिसणाऱ्यात थोडा फार पांढरा रंग असतो, हे

लक्षात घ्यावे; मान्य करावे; निदानपक्षी स्वच्छ मनाने त्याच्याकडे पाहावे, हे ह्या कथेच्या मांडणीद्वारे सांगण्याचा त्यांचा हेतू असावा.

पुराण आणि परंपरा ह्यांच्या मनावरील पगड्यामुळे लंका आणि लंकेश म्हणजे अधर्म, अयोध्या आणि अयोध्यापती म्हणजे धर्म अशी समजूत आपल्या मनात नकळत रुजलेली असते. एका कवीने म्हटले आहे, 'तू रावण तू राम मनवा!' रावण आणि राम ह्या दोन प्रवृत्ती आहेत आणि मनुष्यामात्रात त्या दोन्ही असतात हे सत्य नाकारले जाऊ नये. आपल्या मनातील जळमटे काढून, मन स्वच्छ, पारदर्शक असू द्यावे असेही लेखकाला सुचवायचे असेल. एखाद्या व्यक्तीला एखादी विशिष्ट भूमिका चिकटवून टाकली की, आपल्याला सोपे जाते; आपली जबाबदारी संपते. असे न व्हावे, नजर पूर्वग्रहदूषित असू नये हे त्यांना सांगायचे असेल.

अनुवाद करायला घेताना हे सगळे मला जाणवले. पुस्तकातल्या कथेचा अनुवाद करताना कागदावर शब्द उमटत गेले आणि मनावर ह्या भावना उमटत गेल्या. 'आशीर्वचनात' श्री. मोरारिबापूंनी म्हटले आहे त्याप्रमाणे अनंत आकाशाचे दर्शन करवून देणारी मनाची खिडकी अधिक उघडत गेली. 'नभदर्शन' सुलभ झाले.

ही कथा जेवढी रावणाची आणि रामाची आहे, अधर्माच्या आणि धर्माच्या परिभाषेची आहे, तेवढीच किंबहुना त्याहूनही अधिक ती चिरंतनाच्या चिरंतनत्वाची आहे. महा काळाच्या सर्वेतोपरी असण्याची आहे.

अशी ही अनोख्या पद्धतीने सांगितलेली परिचित कहाणी सुजाण मराठी वाचकांपुढे ठेवण्यासाठी श्री. दिनकरभाई जोषींनी पुन्हा एकदा माझी निवड केली, त्याबद्दल मी त्यांची आभारी आहे. मेहता पब्लिशिंग हाऊसच्या श्री. सुनील मेहतांनी ती वाचकांपर्यत नेण्याची तयारी दर्शवली त्याबद्दल मी त्यांचीही आभारी आहे.

ह्या पलीकडे ज्यांवर सदैव विसंबून राहावे, अशा आधारांचे आभार मानायचे नसतातच!

सुषमा शाळिग्राम

आशीर्वचन

॥ राम ॥

व्यासकर्मी आदरणीय दिनकरभाई जोषींनी रामकथाविषयक ग्रंथांचा आधार घेऊन, त्याला अनुभव आणि अन्त:प्रेरणांची जोड देऊन हा ग्रंथ सिद्ध केला, ही अतिशय आनंदाची गोष्ट आहे.

'हरी अनंत, हरिकथा अनंता' ह्या न्यायाने क्षुल्लक मशकापासून ते थेट पक्षिराज गरुडापर्यंत सगळेच आकाशात उडायचा प्रयत्न करतात; परंतु त्या सगळ्यांना आकाश गवसतेच असे नाही. रामकथेचेही तेच आहे. भगवान विश्वामित्रांनी म्हटले आहे, 'चरितं रघुनाथस्य शतकोटी प्रविस्तरम्।'; 'रामायण शतकोटि अपारा' म्हणजे रामायण शतकोटींच्या पलीकडे अपार आहे. 'आदि अंत कोउ जासु न पावा'.

अशा अनंत रामचरित्राबद्दल आजवर सर्व जण आपापल्या मनीचा भाव शब्दांच्या माध्यमातून व्यक्त करत आले आहेत. आदरणीय दिनकरभाईंनी ह्या आधीही अनेक विषयांवर स्वत:ची मते निर्भीडपणे मांडली आहेत, ह्याचे माझ्यासह आपण सर्व साक्षीदार आहात.

रामकथा हे म्हटले तर रामाचे चरित्र आहे आणि म्हटले तर रामाची लीला आहे. म्हणूनच त्याकडे दोन्ही प्रकारे पाहिले पाहिजे. एक मानव म्हणून त्याकडे पाहिले, तर ते चरित्र आहे आणि ब्रह्म म्हणून पाहिले, तर ती लीला आहे. आपापल्या खिडकीतून ज्याला ज्याला जेवढे आकाश दिसले, तेवढे आणि तसे त्याने ते रेखाटले. स्वत:ला जाणवलेल्या आकाशाचे दर्शन इतरांना करवून देणारे हे सगळे 'नभदर्शक' वंदनास आणि अभिनंदनास पात्र आहेत.

दिनकरभाई नेहमीच हंसाच्या क्षीर-नीर न्यायाने शुभ आणि अशुभ तत्त्वे वेगळी काढत असतात; मग ते काहीही असो! लंकेतील शुभ असेल, तर त्याचा यथोचित आदर आणि अयोध्येतील अशुभ असेल, तर त्याकडेही अंगुलिनिर्देश! त्यांच्या

सर्वच लिखाणातून हे दृष्टोत्पत्तीस येते.

रामकथेमध्ये अनेकांच्या नजरांनी भगवान रामाकडे एक व्यक्ती आणि एक व्यक्तित्व ह्या दृष्टीने पाहिले आहे. रामाबद्दलची वसिष्ठांची दृष्टी, विश्वामित्रांची दृष्टी वेगवेगळी आहे. इतकेच काय, जनक-सुनयना-जानकी-महाराज दशरथ, कौसल्यादी माता, भरतादी बंधू, नगरवासी जन, निषाद समाज, गृध्रराज जटायू, असुर, सुग्रीवादी वानरगण, शूर्पणखा, शबरी, मंदोदरी आणि स्वत: रावणानेसुद्धा आपापल्या परीने रामाकडे पाहिले आहे. त्यामुळे अशी किती नावे घ्यावीत? पाण्याने भरून ठेवलेल्या कोट्यवधी घड्यांपैकी प्रत्येक घड्यात सूर्याचे प्रतिबिंब दिसत असले, तरी तत्त्वत: सूर्य एकच असतो. भगवान रामाचेही तसेच आहे. प्रत्येकाने आपापल्या रुची अनुसार आणि आपापल्या मानसिक गुणदोषांच्या आधारे रामाकडे पाहिले आहे आणि अर्थातच सगळ्यांना तसे स्वातंत्र्यही आहे!

दिनकरभाईंनी आपल्या स्वत:च्या नजरेतून रामकथेकडे पाहिले आहे. त्यांना जे दिसले, त्याचे चित्रण आणि त्याचे मूल्यमापन त्यांनी सादर केले आहे. त्याला एक प्रकारे त्यांनी त्यांच्या पद्धतीने रामकथेप्रती केलेली आराधना असे म्हणता येईल.

लिखाण मला फारसे जमत नाही. दिनकरभाईंबद्दल बोलायचे असते, तर पुष्कळ काही सांगता आले असते.

थोडक्यात, दिनकरभाईंच्या ह्या 'व्यासकर्मा'बद्दल संतोष व्यक्त करतो आणि त्यांच्या तपोवनी कार्याला माझ्या प्रभुप्रार्थनेची जोड देतो! माझ्याबद्दल त्यांना नेहमीच स्नेहादर वाटत आला आहे. मी त्यांना वंदन करतो!

त्यांचा हा प्रयास सर्वांना प्रसादरूप होवो, अशी शुभकामना व्यक्त करतो!

रामस्मरणासह

रामकथा
भारतीय विद्याभवन, अंधेरी,
१७ जानेवारी, २०१०

लंकेच्या दुर्गाच्या भव्य प्रवेशद्वाराच्या उंच शिखरावरचा ध्वज अजूनही पूर्वीसारखाच मोठ्या दिमाखाने फडकत होता. रावणाचा रक्तबंबाळ देह दुर्गाच्या भिंतीपासून थोड्याच अंतरावर जमिनीवर पडला होता. ब्रह्मास्त्रामुळे जागोजागी विदीर्ण झालेल्या त्याच्या जखमी देहातून रक्ताच्या धारा वाहत होत्या. श्वासोच्छ्वास मात्र मंद गतीने होत होता. नजर जराशी उंचावून रावणाने दुर्गावर फडकणाऱ्या ध्वजाकडे पाहिले. लंकेचे पराभूत सैनिक सुरक्षित आसऱ्याच्या शोधात ह्याच द्वारातून घाईघाईने नगरीमध्ये शिरण्याचा प्रयत्न करत होते. काही सेनानायक हतप्रभ झाल्यासारखे सुन्न होऊन रावणाच्या घायाळ शरीराभोवती उभे होते.

रावणाने दुसऱ्या बाजूला नजर वळवली. विजयी वानरसेनेच्या हर्षोल्हासाचे पडसाद अजूनही शमले नव्हते. जरा दूरवरून येणाऱ्या उफाळत्या सागराच्या लाटांतही जणू त्याचे प्रतिध्वनी उमटत होते. शस्त्रांचा खणखणाट मात्र आता थांबला होता.

अनंत आकाशाकडे रावणाची दृष्टी क्षणभर स्थिरावली. त्याच्या एका अंगाला पराजय होता, तर दुसरीकडे विजय; परंतु आपण आता ह्या सगळ्याच्या पलीकडे पोहोचलो आहोत असे त्याला वाटत होते. पराजय आणि विजय या दोहोंच्या मध्यावर आपल्या अवकाश-यात्रेची तयारी करत असल्यासारखा तो पडून होता. एक विचित्र स्मित त्याच्या ओठांवर तरळून गेले. क्षणार्धात जणू सगळा इतिहास त्याच्या नजरेसमोर उजळून अवकाशात विरूनही गेला.

भोवती असलेल्या त्याच्या सेनानायकांच्या विचक्षण नजरांनी त्याच्या चेहऱ्यावरचे बदलते भाव अचूकपणे टिपले. त्यांनी एकमेकांकडे पाहिले. कोणाच्याच कंठातून शब्द फुटत नव्हता. त्यांना आजवर रावण कधी नीटसा कळलाच नव्हता. अखेरचे श्वास घेत असलेला तो राक्षसराज आताही त्यांना उमगत नव्हता. रावणाच्या देहातून भळभळ वाहणारे रक्त जागोजागी जमिनीवर धुळीत मिसळत होते. तिथेच वाळून

काळपट होत होते. जिकडेतिकडे छिन्नविच्छिन्न मानव-देह विखुरले होते. कोणाला कावळे टोचा मारत होते, काहींवर गिधाडे तुटून पडली होती, तर कुठे कुत्रे त्यांचे लचके तोडत होते.

तेथून थोड्याच अंतरावर, विजेत्या रामाच्या शिबिरात त्याचे सर्व सेनानायक एकामागून एक एकत्रित होत होते. युद्ध संपले होते. रामाच्या चेहऱ्यावर आता कोणते भाव दिसतील, त्याच्या तोंडून कोणते शब्द निघतील, पुढच्या आज्ञा काय असतील हे जाणून घ्यायला त्याचे सगळे सेनानायक आतुर झाले होते.

''हनुमाना,'' सगळ्यांवरून एक नजर फिरवून रामाने अत्यंत गंभीर स्वरात म्हटले, ''लंकाधिपती अद्याप मृत्यू तर पावला नाही ना?''

''नाही प्रभू.'' हनुमान उद्गारला. ''परंतु आता काही क्षणांचाच काय तो अवधी आहे.''

''हं!'' क्षणभर राम विचारमग्न झाला. दुसऱ्याच क्षणी आपल्या उजवीकडे उभ्या असलेल्या लक्ष्मणाच्या खांद्यावर हात ठेवत तो म्हणाला, ''लक्ष्मणा, बंधो, सकल विश्वातील समग्र ज्ञान एकत्रित मिसळून जी एखादी गुटिका तयार होईल, तशी गुटिका रावणाने सेवन केली होती, हे तुला माहीत आहे ना?''

''होय रामा! रावण वेदवेदांगांचा आणि शास्त्रांचा प्रकांड ज्ञाता होता, हे सर्वविदित आहे.''

''तर मग लक्ष्मणा, घटका-दोन घटकांतच हे परम ज्ञान भूतकाळात जमा होऊ देणे उचित नव्हे.''

''म्हणजे?'' सर्वांचे कान टवकारले गेले. लक्ष्मण, बिभीषण आणि हनुमान चमकून एकमेकांकडे पाहू लागले.

''बंधो,'' रामाच्या स्वरातून दुःख जाणवत होते. आज्ञावाचक स्वरात तो म्हणाला, ''घडीभरात रावणाची चेतना हरपण्यापूर्वीच तू त्याच्यापाशी जा आणि लुप्त होऊ घातलेले हे ज्ञान प्राप्त करून घे. जा रे, विलंब करू नकोस. रावणाला आपले गुरुपद दे आणि त्याच्याकडून गुरूपदेश मिळावा ह्यासाठी विनम्रपणे त्याची प्रार्थना कर.''

सर्व जण थक्क झाले. काही काळापूर्वीच त्वेषाने रावणावर तुटून पडणाऱ्या वीर रामाची प्रतिमा त्यांच्या मनात ताजी होती. अत्यल्प अवधीत इतके मोठे परिवर्तन त्यांना अकल्पनीय वाटत होते. काष्ठवत होऊन लक्ष्मण रामाकडे बघत राहिला.

''विलंब नको लक्ष्मणा,'' रामाने पुन्हा एकवार आज्ञेच्या स्वरात म्हटले. ''प्रत्येक क्षण मोलाचा आहे. रावणाच्या देहासोबत त्याचे ज्ञानही विलयाला गेले, तर त्याबद्दल आपण अपराधी ठरू. आपले शत्रुत्व रावणाच्या देहाशी होते. त्याचे

ज्ञान समग्र मानवजातीला वंदनीयच असले पाहिजे. रावणाच्या देहासोबत त्याचे ज्ञानही नष्ट करण्याचा दोष आपल्या शिरी न यावा.''

''ठीक आहे रामा! जशी तुमची आज्ञा.'' लक्ष्मणाने पावले उचलली. ह्यानंतर अधिक काही चर्चा-विवादांची शक्यता संभवतच नव्हती. लक्ष्मणामागे जाण्यासाठी हनुमानाने किंचित हालचाल केली. हनुमानाच्या मनातील भाव ओळखून रामाने त्याला रोखले.

''पवनपुत्रा, लक्ष्मण आता विद्या ग्रहण करण्यासाठी जात आहे. लंकाधिपती रावणाशी असलेले वैर केव्हाच समाप्त झाले आहे. आता लक्ष्मण जात आहे तो प्रचंड मेरूपर्वताएवढ्या ज्ञानी गुरूकडे! शिष्याला कोणत्याही प्रकारच्या संरक्षणाची गरज नसते.''

हनुमानाची पावले थबकली. थोड्याच वेळापूर्वी ह्या शिबिरात प्रवेश करत असताना जखमी रावणाच्या रक्तबंबाळ देहाभोवती जमलेले राक्षस सेनापती त्याने पाहिले होते. त्या सेनापतींच्या घोळक्यात साक्षात रावणासमोर लक्ष्मण एकटा नि:शस्त्र होऊन जात होता! हनुमानाने बिभीषणाकडे पाहिले. बिभीषणाच्या डोळ्यांतही चिंता दाटली होती. धीमी पावले टाकत रावणाच्या देहाच्या दिशेने जाणाऱ्या पाठमोऱ्या लक्ष्मणावर सगळ्यांची दृष्टी खिळून राहिली.

लक्ष्मणाला आपल्या निकट येताना पाहून रावणासमोर उभ्या असलेल्या सेनानायकांचे डोळे आश्चर्याने विस्फारले गेले. त्या सर्वांनी आपापली शस्त्रे त्यागून शरणागतीचा संकेत ह्याआधीच दिला होता. असे असताना एकटा लक्ष्मण, तोही नि:शस्त्र, रावणाकडे का येत असावा, ह्याचे अपार आश्चर्य त्यांच्या चेहऱ्यांवरून ओसंडत होते. लक्ष्मण अगदी जवळ आला. सर्व सेनानायकांनी किंचित बाजूला होऊन त्याला वाट करून दिली. त्यांच्याकडे एक दृष्टिक्षेपही न टाकता लक्ष्मण थेट रावणाच्या माथ्यापाशी जाऊन उभा राहिला. रावणाचे डोळे मिटलेले होते.

''महाराज लंकेश,'' दोन्ही हात जोडून मस्तक जरासे झुकवत लक्ष्मणाने नम्रपणे म्हटले. ''पिता दशरथ आणि माता सुमित्रेचा पुत्र, मी लक्ष्मण, आपल्याला वंदन करतो.''

रावणाने हलकेच डोळे उघडले. भोवती उभ्या असलेल्या सेनानायकांचे डोळे अधिकच विस्फारले गेले.

''लक्ष्मण?'' रावणाचे ओठ हलले. ''माझा पराजय झाला आहे. माझ्यापाशी काही क्षणांचाच अवधी शिल्लक आहे. आता तू येथे कशासाठी आला आहेस रे बाबा?''

''राजन्, ह्या क्षणी मी जय-पराजयाबद्दल बोलायला आलो नाही. तो दु:खद अध्याय आता समाप्त झाला आहे.''

"मग काय, माझे प्राण कसे जातात ते बघायला आला आहेस?"

"नाही महाराज!" लक्ष्मणाने अत्यंत नम्रपणे म्हटले. "ज्ञानाचे जणू सर्वोच्च शिखर अशा, महर्षी विश्रवांचा पुत्र आणि ब्रह्मर्षी पुलस्तींचा पौत्र असलेल्या दशानन रावणाकडून शिष्य-भावाने अंतिम ज्ञान ग्रहण करण्यासाठी आलो आहे. आपण मला योग्य तो उपदेश करावा."

"शिष्य-भावाने?" रावणाच्या चेहऱ्यावर अगम्य स्मित उमटले. त्याने तोंड फिरवले. "जा बाबा जा. रावणाचा शिष्य होण्याच्या अधिकाराला तू पात्र नाहीस."

निरभ्र आकाशातून जणू वीज कोसळली. रावणाचे शब्द ऐकून सर्व जण अवाक् झाले. पराजित, मरणोन्मुख शत्रूच्या तोंडचा असा उपहास राजस प्रकृतीच्या लक्ष्मणाला सहन होण्यासारखा नव्हता. त्याचा चेहरा क्षुब्ध दिसू लागला. दुसऱ्याच क्षणी त्याने स्वतःला संयमपूर्वक सावरले. रावणाने डोळे मिटून घेतले होते; जणू त्याने लक्ष्मणाला निरोप दिला होता.

आता कोणताही पर्याय उरला नव्हता. पाठ फिरवून लक्ष्मण परतला.

रामाच्या शिबिरात सगळे लक्ष्मणाच्या प्रतीक्षेत उभे होते. परतणाऱ्या लक्ष्मणाची पावले संथ गतीने पडत होती. त्याची ती भग्न चाल आणि त्याच्या चेहऱ्यावरचे द्विधा भाव पाहताक्षणी शिबिरातील सगळ्यांच्या मनात काळजी दाटून आली. काय घडले असावे ह्याची कल्पना कोणीच करू शकत नव्हते; रामही नाही.

"सुमित्रानंदना," प्रत्येकाच्या मनात उद्भवलेल्या प्रश्नाला रामानेच शब्दरूप दिले. "तुझा चेहरा असा निस्तेज का? आणि... इतक्या लवकर कसा काय परतलास?"

"रामा, रावणाने माझा अपमान केला आहे. तुम्ही सांगितल्याप्रमाणे मी अत्यंत लीनतेने, मस्तक नमवून, शिष्य-भावाने मला ज्ञान प्रदान करण्याची त्याला विनंती केली; परंतु त्याने तोंडच फिरवून घेतले. एवढेच नव्हे तर..." बोलता बोलता लक्ष्मणाची जीभ अडखळली.

"काय झाले? लक्ष्मणा, अरे झाले तरी काय? तू अडखळलास का?" रामाने आपला हात सुग्रीवाच्या पाठीवर टेकला.

"दशाननाने माझा शिष्य म्हणून स्वीकार केलाच नाही. फार काय... मला... मला तेथून तत्काळ निघून जायला सांगत असल्यासारखी माझ्याकडे त्याने पाठ फिरवली." मनातला रोष नकळत प्रगट होऊ नये ह्यासाठी लक्ष्मणाला प्रयत्न करावे लागत होते. शिबिरात उपस्थित असलेल्या सगळ्यांचे चेहरे रागाने लाल झाले. केवळ राम शांत होता. किंचित काळ ओठ दाबत, नजर जराशी बारीक करत त्याने विचारले, "लक्ष्मणा, रावणाकडे शिष्यत्वाची प्रार्थना करते वेळी तू कुठे उभा राहिला होतास रे?"

रामाचा प्रश्न कोणालाच कळेना. लक्ष्मणालाही उमजला नाही. तरीही त्याने उत्तर दिले, "मरणोन्मुख अवस्थेत शेवटच्या घटका मोजत असलेल्या, धुळीत पडलेल्या, पराजित रावणाच्या देहानिकट, त्याच्या मस्तकाजवळ उभा राहून मी त्याचे शिष्यत्व मिळावे ह्यासाठी प्रार्थना केली होती रामा!"

रामाच्या मुखावर हलकेसे स्मित विलसले. लक्ष्मणाच्या शब्दांतून त्याचा राजस स्वभाव प्रगटला होताच.

"लक्ष्मणा, अरे रावणच काय, एखादा सामान्य ब्राह्मणही तुला अशा रीतीने आपले शिष्यत्व प्रदान करणार नाहीच."

सगळे चकित झाले. रामाला म्हणायचे तरी काय आहे?

"ज्याचे शिष्यत्व प्राप्त करायचे, त्या गुरूच्या मस्तकापाशी नव्हे, त्याच्या चरणांपाशी उभे राहूनच वंदन करायचे असते लक्ष्मणा! गुरू-शिष्य परंपरेचे हे लक्षण तू विसरलास, परंतु मृत्यूच्या निकट पोहोचलेल्या, अंतिम श्वास घेणाऱ्या परम ज्ञानी रावणाला त्याचा विसर पडला नाही. जा, पुन्हा एकदा त्वरेने परत जा. रावणाच्या चरणांपाशी उभा राहून, त्याला विधिवत् वंदन करून, ज्ञानोपार्जनाची प्रार्थना कर. वेळ निघून जाण्याआधीच तू हे कार्य सिद्ध कर अन्यथा भावी पिढी आपल्याला दोष देईल."

कोणीच काही बोलले नाही. बोलण्यासारख काही नव्हतेच. एक एक क्षण मोलाचा होता. भात्यासारखा चालणारा रावणाचा श्वासोच्छ्वास पळभरापूर्वी लक्ष्मणाने प्रत्यक्ष स्वत:च पहिला होता. कोणत्या क्षणी तो अवचित थांबला असता, ते कोणीच सांगू शकले नसते. रामाचा आग्रह पाहता, आता एक शब्दही अधिक उच्चारणे म्हणजे अपराध ठरला असता, असे लक्ष्मणाला वाटले. कोणाकडे न पाहताच त्याने शिबिराबाहेर जाण्यासाठी पावले उचलली.

लक्ष्मण शिबिराच्या बाहेर पाऊल टाकणार तोच हनुमान अत्यंत लगबगीने त्याच्याजवळ आला. लक्ष्मणासोबतच पावले टाकत तो हळूच लक्ष्मणाच्या कानात म्हणाला, "सुमित्रानंदना, आत्ता येथे समिधा तत्काळ उपलब्ध होतीलसे वाटत नाही. दर्भाची ही एक काडी तुमच्या हाती असू द्या. लंकाधिपती रावणाच्या पायांशी उभे राहून तुम्ही शिष्यत्वासाठी प्रार्थना कराल, त्या वेळी प्रतीक म्हणून हे दर्भ तुमच्या हातात असायला हवे. अशी गुरू-शिष्य परंपरा तुम्ही जाणताच."

लक्ष्मणाने चमकून हनुमानाकडे पाहिले. त्याच्या विचक्षण बुद्धीचे आणि तत्पर कार्यक्षमतेचे त्याला कौतुक वाटले. प्रसन्न होऊन त्याने हनुमानाच्या हातातून दर्भाची काडी घेतली.

रावणाचा श्वासोच्छ्वास अजूनही भात्यासारखाच चालत होता. त्याच्या भोवतालच्या सेनापतींच्या नजरा पुनश्च एकदा विस्फारल्या गेल्या. पूर्वीप्रमाणेच नि:शस्त्र अवस्थेत

नतमस्तक होऊन जवळ येत असलेल्या लक्ष्मणाला पाहून सर्व जण दुग्ध्यात पडले. युद्धातील जय-पराजय आणि राजपुरुषांचे वध त्यांनी आजवर पाहिले होते, परंतु असे दृश्य ह्यापूर्वी कधीच पाहिले नव्हते. लक्ष्मण निकट येताच सगळ्यांनी पुन्हा एकदा त्याला वाट करून दिली. ह्या वेळी लक्ष्मण रावणाच्या पायागती उभा राहिला. रावणाचा चेहरा अजूनही विरुद्ध दिशेलाच होता. डोळे मिटलेले होते.

"लंकाधिपती राक्षसराज, मी अयोध्येचा राजकुमार लक्ष्मण आपल्याला प्रणाम करतो आणि आपले शिष्यत्व मला लाभावे अशी प्रार्थना करतो.''

रावणाने चेहरा वळवला. मोठ्या कष्टाने पापण्या उचलल्या. दोन्ही हात जोडून नतमस्तक होऊन चरणांपाशी उभ्या असलेल्या लक्ष्मणाकडे त्याने प्रसन्नतेने दृष्टी टाकली. लक्ष्मणाच्या जोडलेल्या हातांतून डोकावणाऱ्या दर्भाच्या काडीकडेही त्याचे लक्ष गेले. लक्ष्मण आता शिष्यत्व प्राप्त करण्याला पात्र झाला होता. आपला उजवा हात जरासा उंचावत रावणाने ओठांची हालचाल केली. "कल्याणमस्तु वत्स!''

हात उंचावतानाही रावणाला होणारे अपार कष्ट लक्ष्मणाला जाणवले. त्याचा तो हात रक्त-मांसाने माखला गेला होता.

"हे वीरा, शिष्यत्वाची क्षमता आता तू प्राप्त केली आहेस.'' क्षीण स्वरात रावण म्हणाला, "आता सांग, तुझी काय इच्छा आहे?''

"भगवन्, ज्ञानोपार्जनेसाठी मी तुमच्याकडे आलो आहे. मला विद्या प्रदान करावी!''

"विद्या?'' रावणाच्या ओठांवर पुन्हा एकदा तेच गूढ स्मित झळकले. "विद्या आणि अविद्या ह्या दोन्ही प्रदेशांकडे प्रयाण करणे ही एकसमान अंधारयात्राच आहे.''

"म्हणजे?'' लक्ष्मण विस्मित होऊन म्हणाला. अविद्या म्हणजे 'अंधकारमय प्रदेश' हे त्याला पुष्कळ वर्षांपूर्वी गुरू विश्वामित्रांनी सांगितले होते, पण विद्या म्हणजेसुद्धा 'अंधकार-यात्रा' आहे, हे सत्य मात्र त्याला आश्चर्यचकित करणारेच होते.

"मी पुष्कळ विद्या संपादन केली होती वत्सा!'' रावणाचे शब्द त्याच्या कानावर पडले. "चित्ताचे क्षोभ नितांत विद्येनेही शमत नसतात. चित्तक्षोभांचे शमन, हीच विद्येची खरीखुरी कसोटी आहे; मिळवलेल्या ज्ञानाचा तोच एक मापदंड आहे.''

रावणाचे हे रूप लक्ष्मणाच्या कल्पनेपलीकडचे होते. रावण हे काय म्हणत होता? विद्या-अविद्यांचे इतके सूक्ष्मातिसूक्ष्म स्वरूप आत्मसात करणारा हा राक्षसराज क्षतविक्षत होऊन रक्ताच्या थारोळ्यात अंतिम श्वास मोजत होता. प्रत्यक्ष समोर असलेल्या ह्या दृश्यावर लक्ष्मणाचा विश्वास बसत नव्हता.

"ज्ञान म्हणजे सोपान आहे लक्ष्मणा, साध्य नव्हे. एकेका पायरीगणिक श्रेणी

चढत चढत साध्याप्रत जाता येते हे खरे; पण ज्या पायरीवर पाय रोवून तुम्ही पुढे जाता, ती पायरी दुसऱ्याच क्षणी निरर्थक ठरत असते. एकदा पूर्ण साक्षात्कार झाल्यावर त्या बिंदूपर्यंत आणून सोडणारे ते सोपान, त्या श्रेणी, अगदीच प्रयोजनशून्य होतात. जीवनाची ही शोकांतिका तुझ्या ध्यानात येते का लक्ष्मणा?'' रावणाने धारदार प्रश्न विचारला.

असा काही प्रश्न समोर येईल ह्याची लक्ष्मणाने मुळीच कल्पना केली नव्हती. मौन पाळण्यावाचून त्याला गत्यंतर नव्हते.

''...आणि लक्षात ठेव लक्ष्मणा की, विद्येचे परमोच्च शिखर जरी गाठलेस, तरी त्याच क्षणी आपण आणखी एका अमाप शिखराच्या पायथ्याशी आहोत हेच तुला प्रतीत होईल.''

''मला काहीच समजत नाही गुरुदेव! लक्ष्मणाने आपले अज्ञान प्रगट केले. ''ज्ञान असीम आहे एवढेच मी ऐकले आहे.''

''ज्ञान नव्हे, अज्ञान असीम आहे. अज्ञानाला अंतच नाही. परम ज्ञान प्राप्त केल्यानंतरही माणसाला जाणवत राहते की, त्याच्या पुढ्यात अद्यापही केवळ निस्सीम अज्ञानच पडले आहे. आपल्याला जे माहीत असते, त्यापेक्षाही जे माहीत नसते ते अति-विशाल, अफाट असते.''

ज्ञानाच्या अपार असीमतेचे हे दर्शन लक्ष्मणाला अगदी अनोळखी होते. अधिक संभाषणाला अवकाश उरला नव्हता. प्रत्येक क्षणागणिक रावणाचा श्वास खोल खोल जात होता. रामाचे शब्द लक्ष्मणाला आठवले. 'रावणाचा देह विलयाला जाताच त्याचे ज्ञानही विलीन झाले, तर भावी पिढ्या निश्चितच आपल्याला दोष देतील. देह अनंतात विलीन होणार असला तरी त्यासोबत ज्ञान विलयाला जाऊ देता कामा नये.' लक्ष्मणाने मनाशी त्वरित निर्णय घेतला. अत्यंत विनम्रपणे तो म्हणाला, ''महाराज दशानन, आपल्याला जे उचित वाटेल ते ज्ञान आपण मला द्या. राजनीती, धर्मनीती, अर्थनीती अथवा अन्य काहीही; मानवजातीच्या कल्याणार्थ आपण जो उचित मानत असाल तो संदेश मला द्या.''

रावणाच्या मुखावर तेच गूढ हास्य पुन्हा एकदा झळकले. क्षणभर तेथे विलक्षण शांतता पसरली. समग्र सृष्टी जणू कानात प्राण आणून रावणापाशी खोळंबली होती. रावणाचे ओठ हलले.

''तथास्तु वत्सा! एकचित्त होऊन ऐक.''

रावणाच्या श्वासोच्छ्वासाचाही आवाज स्पष्टपणे ऐकू यावा, अशी शांतता काही काळ चहूकडे व्यापून राहिली. त्याने डोळे किंचितसे बारीक केले. आपल्या अर्ध-अचेतन देहातील उरलीसुरली शक्ती एकवटून त्याने हात लांबवला. भूमीवर पडलेले एक खड्ग त्याच्या हाती लागले. बघणारे दचकले. खड्ग उचलण्याच्या प्रयासांमुळे रावणाच्या देहावरच्या घावांमधून पुन्हा रक्ताची कारंजी उडू लागली.

"लक्ष्मणा," मोठ्या कष्टाने रावण बोलू लागला, "आता हे शस्त्र माझ्या हाती आहे. तू नि:शस्त्र आहेस. माझ्या सेनानायकांनी तुला चारी बाजूंनी घेरले आहे. अशा वेळी ह्या खड्गाचा प्रहार मी केला तर...."

ऐन युद्धातही एकदासुद्धा न घाबरलेला लक्ष्मण निमिषभर गांगरून गेला. खरोखरच, आपल्या मुठीतले खड्ग उगारून रावणाने प्रहार केला असता, तर लक्ष्मणाच्या सुरक्षिततेसाठी काही करता येणे शक्य नव्हते. रामाने युद्धात मिळवलेल्या जयाचा त्या क्षणीच पराजय झाला असता.

"पण तुम्ही असे करणारच नाही गुरुदेव!" लक्ष्मण जरा विचारपूर्वक म्हणाला. "आता आपण एकमेकांचे शत्रू नाही. आपण माझे गुरू आहात आणि मी आपला शिष्य आहे."

"राजनीतीचा हाच मूलभूत सिद्धान्त मी तुला शिकवत आहे वत्सा! माझ्या देहात अजून धुगधुगी आहे. जोवर देहात जीव आहे, तोवर शत्रुत्वाचा अंत झाला असे समजणे म्हणजे भोळसटपणा आहे. राजनीतीत अशा भोळेपणाला स्थान नसते. कधीही कोणावरही विश्वास ठेवायचा नसतो, हाच राजनीतीचा सर्वांत पहिला पाठ आहे."

"कोणावरही?" लक्ष्मणाने आश्चर्याने विचारले. "कोणावरही नाही?"

"होय. कोणावरही नाही. पिता, पुत्र, भ्राता... येथे एकही नाते विश्वास ठेवण्याजोगे नसते."

लक्ष्मण गोंधळला. त्याच्या मनात चिंता डोकावली. रावण म्हणतो त्याप्रमाणे राजनीतीमध्ये कोणीच कोणाचे स्वजन नसतील, तर मग अयोध्येचे सिंहासन रामाला अर्पण करायला आलेला भरत आणि रामापाठोपाठ अकारण, स्वेच्छापूर्वक वनवास स्वीकारणारा लक्ष्मण, दोघेही कोण होते? त्यांचे नाते निरर्थक होते?

''महावीर, आपण म्हणता तीच जर राजनीती असेल, तर रामाच्या वनवासाच्या काळात त्याच्या पादुका सिंहासनावर अधिष्ठित करून नंदीग्रामात एखाद्या तपस्व्यासारखे राहणाऱ्या भरताचे समर्पण काय हेतुप्रेरित आहे?''

''लक्ष्मणा, राजनीतीमध्ये भरत कधी सुग्रीव होईल की बिभीषण होईल हे सांगणे कठीण आहे.''

''म्हणजे?''

''सुग्रीवही वालीचा भ्राताच होता लक्ष्मणा! ...आणि बिभीषण रावणाचा! सुग्रीवाने वालीचा वध करवला आणि... आणि...'' घशात दाटलेला आवंढा गिळून रावण पुढे बोलू लागला. ''इंद्रजिताच्या यज्ञात विघ्न आणण्याचे बिभीषणाने तुला सुचवले नसते, गुप्त मार्गाने तुला त्या यज्ञस्थानी नेण्याचे कृत्य त्याने केले नसते, तर लक्ष्मणा, रामाला हे युद्ध जिंकणे शक्य होते काय? युद्धाच्या अंतिम क्षणी माझ्या नाभीवर ब्रह्मास्त्राचा प्रहार करायला रामाला कोणी सांगितले हे तुला माहीत नाही काय? उघडपणे जरी युद्धातील हा विजय रामाचा आहे असे वाटत असले, तरी प्रत्यक्षात तो बिभीषणाचाच जय आहे, हे कोणी नाकारू शकणार नाही.''

''पण महाराज, सुग्रीव-पत्नी रूमा हिला वालीने आपल्या अंत:पुरात नेऊन ठेवले होते. लहान भावाच्या पत्नीशी असा व्यवहार म्हणजे अधर्म होता...''

''हा... हा... हा!'' केवळ रावणाला शोभेल असे प्रचंड हास्य करत रावण म्हणाला, ''ह्याच नियमानुसार ज्येष्ठ भ्रात्याची पत्नी तारामती सुग्रीवाला मातेसमान असायला हवी. वालीवधानंतर तारामतीला स्वत:च्या अंत:पुरात ठेवणाऱ्या सुग्रीवाला स्वयं रामानेही रोखले नव्हते लक्ष्मणा!''

काय बोलावे ते लक्ष्मणाला सुचेना! तो अवाक् होऊन पाहत राहिला. रावणाचे म्हणणे मान्य केले; झाले, तर राज्यकारभारात कुटुंब-परिवाराला कुठे स्थानच उरणार नाही. कुटुंबच काय, सारे समाज-जीवनही उद्ध्वस्त होऊन जाईल; आणि त्यानंतर जे काही उरेल ते मानवाच्या आदिम अवस्थेपेक्षा काय वेगळे असेल?

''...परंतु, बिभीषणाने आपला त्याग केला त्यामागे त्याचा काही हेतू नव्हता महाराज! बिभीषणाने केवळ धर्म, न्याय आणि नीतीचा पक्ष जवळ करण्यासाठीच लंका सोडली, हे सत्य नव्हे काय?''

''तर मग लक्ष्मणा, धर्माविरुद्ध जाऊन, वृक्षाआडून प्रहार करून रामाने वालीचा वध केला, तेव्हा रामाचा त्याग करून तू वालीला जाऊन का मिळाला

नाहीस? युद्धधर्म ज्याच्या बाजूला होता, त्याचा पक्ष का घेतला नाहीस? अरे, बिभीषणाने जर धर्म आणि न्यायाची कास धरण्यासाठी माझा त्याग केला होता, तर युद्धाला प्रारंभही झाला नव्हता, तेव्हाच लंकेच्या सिंहासनाचा राजमुगुट त्याने कसा काय धारण केला? निष्ठेने युद्ध करण्यातच खरा धर्म आणि न्याय होता. युद्धाआधीच सिंहासनारूढ होणे म्हणजे धर्म आणि न्याय पाळणे नव्हे!''

लक्ष्मण काहीच बोलला नाही. पुन्हा एकदा सगळीकडे स्तब्ध शांतता भरून राहिली. पश्चिम क्षितिजावर अस्ताला जाणाऱ्या सूर्यबिंबाकडे रावणाची दृष्टी गेली. सावल्या आता लांब होत चालल्या होत्या.

''आता राजनीतीचा अखेरचा, परंतु महत्त्वाचा, मूलभूत पाठ समजून घे लक्ष्मणा!'' रावणाने लक्ष्मणावर नजर रोखली. ओठ जरासे मुडपले.

''सांगावे महाराज!'' लक्ष्मणाने मस्तक थोडेसे झुकवले.

''राम आणि सुग्रीव ह्यांच्या मैत्रीला धर्म, न्याय आणि नीतीचे अधिष्ठान होते असे म्हणणे म्हणजे राजनीतीबद्दल अनभिज्ञ असणेच आहे.''

''थोडे विस्ताराने समजवाल का लंकाधिपती?''

''विशेष विस्ताराची गरजच नाही लक्ष्मण! समजा, सीतेच्या शोधात हिंडत असताना रामाला सुग्रीवाऐवजी वाली प्रथम भेटला असता आणि त्याने रामाला साहाय्य करण्याचे वचन दिले असते, तर सुग्रीवाऐवजी वालीचा पक्ष धर्म, न्याय आणि नीतीचा वाटला असता. मग कदाचित वालीने केलेल्या साहाय्याच्या बदल्यात रामाने सुग्रीवाचा वध केला असता. प्रश्न न्यायाचा किंवा नीतीचा नव्हताच. प्रश्न परस्परांचे हित जपण्याचा होता. राजनीती म्हणतात ती हीच लक्ष्मणा! राजनीतीमध्ये स्वहितापलीकडे दुसरे काहीच नसते आणि त्या हिताच्या रक्षणासाठी जे काही केले जाते, तोच धर्म, तोच न्याय आणि तीच नीती ठरते.''

राजनीतीच्या ह्या पहिल्याच वस्तुपाठाने आपल्या पायाखालची जमीन सरकते की काय असे लक्ष्मणाला वाटू लागले. रावणाच्या म्हणण्यातील तथ्य नाकारणार तरी कसे? सुग्रीवाची भेट अचानक, अकल्पितपणे झाली होती. त्याची गाठ पडण्यापूर्वी त्याच्याबद्दल राम-लक्ष्मणांना काहीच ठाऊक नव्हते. सीतेचा शोध घेण्यासाठी आणि त्यानंतरच्या संभाव्य युद्धासाठी साथी-सोबतीची आणि अनुरूप यंत्रणेची गरज तर होतीच. 'रावण म्हणतो तसा, समजा, वालीच आधी भेटला असता तर....'

गुहेच्या तोंडावर प्रचंड शिळा आडवी टाकून सुग्रीवाने वालीचा गुहेबाहेर येण्याचा मार्ग बंद करून टाकला होता, हे दृष्टिआड करणे कठीण होते. शिवाय वाली मृत्यू पावला असे धरून चालून वालीची पत्नी तारामती हिला सुग्रीवानेच प्रथम आपल्या अंत:पुरात ठेवली होती. 'कदाचित रावण म्हणतो, त्याप्रमाणे खरोखरच....'

“ह्यानंतर आता लक्ष्मणा, अर्थनीतीचा एक मूलभूत सिद्धान्त आत्मसात करून घे. लंकेच्या ह्या दुर्गाच्या द्वाराकडे पुन्हा एकदा नजर टाक. ते सुवर्णाचे द्वार नीट बघ. दुर्गाच्या त्या घुमटांकडे पाहा. ह्या मावळत्या सूर्याच्या किरणांच्या प्रकाशातही रत्नजडित सुवर्णामुळे ते तेजाने झळाळत आहेत. हनुमानाने संपूर्ण लंकानगरी पाहिली आहे. ह्या माझ्या लंकानगरीत ओसंडून वाहणाऱ्या समृद्धीची कल्पना तो तुला निश्चितच देऊ शकेल किंवा ‘सोन्याच्या लंके’बद्दल कदाचित तू ह्यापूर्वीही ऐकले असशील.”

“होय महाराज! लंकेच्या समृद्धीविषयी मी ह्याआधीच ऐकले होते. लंकानगरी सुवर्णाने आणि रत्नांनी मढलेली आहे, हे समग्र आर्यावर्तात सगळ्यांना माहीत आहे.”

“...आणि त्या सगळ्यांना हेही निश्चितच माहीत असेल की, अयोध्या नगरीच्या एकाही घराच्या, एकाही छतावरचे, एखादे कौलसुद्धा सोन्याचे नाही! लंकेचा राजा रावण राक्षस होता; अधर्म, अन्याय आणि अनीतीचा साक्षात अवतार होता; त्याउलट राम, दशरथ, वसिष्ठ, विश्वामित्र हे सगळेच्या सगळे अयोध्येचे होते, तरी तुम्ही अयोध्येला सुवर्णाने जाऊ दे, एखाद्या सामान्य धातूनेही मढवू शकला नाहीत. असे का? उत्तर आहे का लक्ष्मणा तुझ्यापाशी?”

मौन राहण्यावाचून लक्ष्मणाकडे पर्यायच नव्हता.

“समृद्धीला काही कारण लागत नाही लक्ष्मणा! लक्ष्मी अति चंचल असते. ती केव्हा, कुठे वास करेल आणि तेथून केव्हा निघून जाईल हे कोणीच सांगू शकत नाही.”

“थोडे अधिक स्पष्ट करून सांगितले तर...”

“सांगतो. लक्ष्मीच्या चंचलतेचे द्यायचे झाले, तर एकच स्पष्टीकरण देता येईल. आपल्या बुद्धिकौशल्यामुळे आणि अविश्रांत परिश्रमांमुळेच लक्ष्मीची प्राप्ती झाली आहे, असे जे मानतात, ते निव्वळ बुद्धिहीन, गर्विष्ठ असतात. ह्या उलट, आपल्या दुर्भाग्यामुळे लक्ष्मी प्राप्त झाली नाही, असे म्हणणारे आपली निष्फलता झाकण्याचा दुबळा आणि निर्बुद्ध प्रयत्न करत असतात. लक्ष्मीच्या असण्या-नसण्याचे तर्कशास्त्र ना कोणाला कळते, ना सांगता येते. ह्याबाबतीत एकच परम सत्य आहे आणि ते प्रत्येकाने आत्मसातही केले पाहिजे.”

“कोणते सत्य गुरुदेव?”

“हेच की, कोणीही कधीही लक्ष्मीचा ‘स्वामी’ होऊ शकणार नाही. वैश्रवण कुबेर ज्याप्रमाणे देवांच्या संपत्तीचा संरक्षक आहे, केवळ कोषाध्यक्ष आहे, त्याप्रमाणे समाजातही जे कोणी जेव्हा-केव्हा समृद्ध होतात, ते त्या-त्या क्षणी लक्ष्मीचे केवळ संरक्षकच असतात. ते लक्ष्मीचा सांभाळ करतात. आपल्याकडे सांभाळून, जपून

ठेवलेल्या संपत्तीचा कुबेर जसा देवलोकाच्या कल्याणासाठीच वापर करतो, स्वत: त्या संपत्तीचा उपभोग घेत नाही, तसेच समाजातही समृद्धी जपणाऱ्यांनी, समृद्धीचे रक्षण करणाऱ्यांनी तिचा विनियोग 'बहुजन सुखाय, बहुजन हिताय'च केला पाहिजे. हा पाठ जो समाज अंगवळणी पाडून घेतो, तो समाज आणि ते स्थान सुवर्णमय होते. लक्षात घे लक्ष्मणा! लंकेने ही अर्थनीती अनुसरली. अयोध्या हे शिकेल, तर तीही कधी ना कधी सुवर्णभूमी बनेल.''

श्वास घेतानाही कष्ट होत असावेत, अशी वेदना रावणाच्या चेहऱ्यावर पसरली. रावण जे बोलत होता ते सर्व लक्ष्मणाच्या कल्पनेपलीकडचे, अतर्क्य होते. रावण महान योद्धा होता, रावण परम शिवभक्त होता, रावणाच्या लंकेत रोज प्रभात काळी यज्ञवेदींमध्ये वेदमंत्रोच्चारांसह आहुती दिल्या जात होत्या, ह्या गोष्टी लक्ष्मणाला ज्ञात होत्या. युद्धकाळात लंकेच्या आकाशपटावर रोज प्रात:काळी सुगंधी घृताची धूम्रवलये रेखाटली जात होती, हे लक्ष्मणाने स्वत:च्या डोळ्यांनी पाहिले होते; परंतु रावणाचे आता प्रत्यक्ष दिसणारे हे स्वरूप मात्र अगदीच अकल्पित होते.

''आता धर्मनीतीचा पाठ ऐक लक्ष्मणा! माझ्यापाशी फार थोडा समय उरला आहे. हे अपुरे क्षण संपून जाण्याआधी मी सांगतो, ते लक्षपूर्वक ऐक.''

''सांगावे भगवंत!''

''लक्ष्मणा, निर्भेळ असा धर्म आजपर्यंत कोणाला उपलब्ध झालेला नाही. स्वत:चा प्रत्येक हेतू न्याय्य ठरवण्यासाठी आणि व्यापक जनसमर्थन मिळवण्यासाठी समर्थ माणूस धर्माचा आश्रय घेत असतो.''

''आपण हे काय म्हणत आहात दशानन?'' लक्ष्मणाने थक्क होऊन म्हटले.

''मी परम सत्यच कथन करत आहे. हवे तर त्याला निखळ, अनावृत सत्य म्हण. प्रत्येक समर्थ व्यक्ती आपल्या स्वत:च्या त्या-त्या वेळच्या उद्दिष्टाला न्यायाचे अधिष्ठान मिळवून देण्यासाठी वेदवेदांगासहित सर्व शास्त्रांतून स्वत:ला अनुकूल असे मंत्र आणि अर्थ शोधून काढते. जरा आठव लक्ष्मणा, वृक्षाआडून वालीचा वध करणाऱ्या रामाला वालीनेच म्हटले होते की ''रामा, हा धर्म नव्हे!'' त्या वेळी रामाने दिलेले उत्तरही आठव. रामाने म्हटले होते – ''मृगया हा राजाचा धर्मच आहे.'' वनवासाला निघालेल्या रामाला अनुसरणे, हा जर सीतेचा धर्म असेल, तर पतीपासून म्हणजे तुझ्यापासून दूर राहून वृद्ध सासू-सासऱ्यांची सेवा करणे हा तुझ्या पत्नीचा, ऊर्मिलेचा धर्म कसा म्हणता येईल? कैकेयीला दिलेले वचन पाळणे, हा जर राजा दशरथचा प्रतिज्ञापालनाचा धर्म ठरत असेल, तर समग्र अयोध्येच्या प्रजेची इच्छापूर्ती करणे हा एक राजा म्हणून महाराज दशरथाचा धर्म नव्हता? आपण सगळे धर्माचा एकच अर्थ लावतो – माझ्या कार्यात ज्या वेळी मला जे साहाय्यभूत ठरेल, त्याचे समर्थन शोधून काढणे म्हणजेच धर्म!''

वेदवेदांगांचा अभ्यास लक्ष्मणाने केला होता. अयोध्येत असताना प्रारंभीच्या काळात गुरू वसिष्ठांनी त्याला धर्माची शिकवण दिली होती. नंतर गुरू विश्वमित्रांनीही त्याला धर्माचे धडे दिले होते. धर्माचे हे पाठ म्हणजेच अंतिम पाठ असे लक्ष्मण आजपर्यंत मानत आला होता. धर्माचा असाही अर्थ कदाचित असू शकेल, असे आज ह्या क्षणी त्याला प्रथमच वाटले.

''मग आपल्या दैनंदिन व्यवहारात आपण धर्मानुसरण कशा प्रकारे करावे महाराज?'' लक्ष्मणाने प्रश्न केला.

''धर्मानुसरण ह्याचा अर्थ केवळ 'कर्मानुसरण' एवढाच होते. होणाऱ्या उपलब्धी आणि निश्चित परिणाम ह्यांचा हिशोब केल्यानंतरच आपण सगळे आपली कर्मे ठरवत असतो. खरे म्हणजे कर्म आणि उपलब्धी ह्या दोन गोष्टींची परस्परांशी सांगड घालता येणार नाही. माणसाने एकाच धर्माचे अनुसरण करायचे असते. तो म्हणजे, ज्या वेळी जे कर्म वाट्याला आले असेल, त्या वेळी त्या कर्माचे संपूर्ण निष्ठेने अनुसरण करणे. मग अशा अनुसरणाची परिणती निष्फलतेत होणार असेल तर होवो!''

धर्माचे हे दर्शन लक्ष्मणाला अगदी नवीन होते. कर्माचे फळ निश्चितपणे प्राप्त होणार की नाही ह्यानुसारच आपण ते ते कर्म स्वीकारायचे की नाकारायचे ते ठरवत असतो, हे परम सत्य विद्युल्लतेसारखे क्षणार्धात त्याच्या डोळ्यांपुढे चमकून गेले. त्याला आठवले, स्वतःची परस्त्रीलोलुपता लपवण्यासाठी ह्याच रावणाने 'परस्त्रीचा उपभोग घेणे हा राक्षसधर्म आहे.' असे म्हटले होते. जसे रामाने म्हटले होते 'मृगया हा राजाचा धर्म आहे.' 'कोणी ठरवले हे धर्म? त्या परस्त्रीने? त्या मृगाने? धर्माचे हे असले सिद्धान्त निश्चित करण्यापूर्वी त्यांना कोणी विचारले तरी असेल का?' धर्माचा एक नवाच अर्थ लक्ष्मणाच्या अंतःकरणात झळाळू लागला.

रावणाचा श्वासोच्छ्वास आता जलद होऊ लागला होता. जवळच उभे असलेले राक्षस सेनानायक आपल्या स्वामींच्या अखेरच्या घटकेची जणू प्रतीक्षा करत होते. पश्चिम क्षितिजावर ढळत्या सूर्याच्या तिरप्या किरणांत सावल्या अधिकच लांबलेल्या दिसत होत्या.

''राजनीती, अर्थनीती आणि धर्मनीती ह्या तीनही नीतींचा आधारभूत पाया असलेली मनुष्यनीती तू आता लक्षपूर्वक नीट समजून घे. ही एक नीती तू आत्मसात केलीस, तर आधीच्या मी सांगितलेल्या तीनही नीती तुझ्यालेखी विशेष अर्थप्रेरक उरणार नाहीत. ह्या एका नीतीनुसार तू आपला जीवनपंथ निर्धारित करू शकलास, तर सुख अथवा दुःख हे शब्दही तुझ्यालेखी निरर्थक होतील.

''तशी ही नीती अतिशय सरल आहे. माणसाला पूर्णपणे ओळखणे फार कठीण आहे. या विश्वातील सर्वच्या सर्व सजीव प्राण्यांच्या वर्तनाचे निश्चित असे

प्राकृतिक नियम असतात. मनुष्य हा प्राणी असा आहे की, त्याच्या वर्तनाबद्दल निश्चित असे विशिष्ट, स्वाभाविक नियम सांगता येत नाहीत. आज एखाद्या विशिष्ट परिस्थितीत लक्ष्मण असा असा वागला ते पाहून, तोच लक्ष्मण तशाच परिस्थितीत पुन्हा तसेच वागेल, असे जर कोणी धरून चालला, तर त्याची मोठीच फसगत होईल. एक व्यक्ती एकाच माणसाशी एकदा जसा व्यवहार करते, ती दुसऱ्या वेळीही अगदी तसाच व्यवहार करेल, असे मानणे म्हणजे निव्वळ मूर्खपणा आहे. येथे कोणी कोणाचा स्वजन नसतो. खरेतर माणूस स्वत:ही स्वत:ला ओळखू शकत नाही. आपण सदैव एका विशिष्ट प्रकारचेच वर्तन करू, असे कोणीच विश्वासपूर्वक, ठामपणे सांगू शकत नाही.''

लक्ष्मण आश्चर्याने थक्क झाला. एकाएकी त्याच्या मनात एक विचार चमकून गेला. सुमित्रा त्याची जन्मदात्री आई होती, पण कौसल्या अथवा कैकेयी त्याची सावत्र आई होती, असे त्याला कधीही वाटले नव्हते. कैकेयीची जेवढी माया भरतावर होती तेवढीच माया ती रामावरही करत होती. राम आणि भरत दोघांचा जन्म वेगवेगळ्या मातांच्या उदरी झाला आहे, असे कोणालाच कधी वाटत नव्हते. आणि तरीही... तरीही कैकेयीने हे काय केले होते? कैकेयीच्या मनात असा भेदभाव उत्पन्न व्हावा असे घडले तरी काय होते? रामाऐवजी भरताला सिंहासनावर बसण्याचे वचन तिने का म्हणून मागितले असेल? भरताला राज्य मिळावे, एवढेच नव्हे, तर रामाने चौदा वर्षांचा वनवास भोगावा, असा तिचा आग्रह का होता? रामावरही सदैव पोटच्या पुत्राइतके प्रेम करणाऱ्या ह्या मातेला असा दुर्विचार सुचलाच कसा?

दृष्टीपुढील अवकाशात एकामागून एक चित्रे उमटत पुढे पुढे सरकत जावीत, तसे आणखी एक दृश्य लक्ष्मणाच्या दृष्टीसमोर तरळून गेले. कांचनमृगामागे धावून गेलेल्या रामाच्या आवाजात मायावी मारीच राक्षसाने आर्त स्वरात धावा केला, त्या वेळचे व्याकूळलेल्या सीतेचे शब्द त्याला स्मरले. पंचवटीतील मायावी राक्षसांची चलाखी लक्ष्मणाला चांगलीच परिचित होती. रामासारख्या आवाजातील मारीचाच्या आर्त हाकांकडे लक्ष्मणाने फारसे लक्ष दिले नव्हते. पर्णकुटीत सीतेला एकटीलाच सोडून रामामागे जायला त्याने नकार दिला, त्या वेळी पराकोटीच्या चिंतेने व्याकूळ झालेली सीता किती रागावली होती! सीतेच्या तोंडून तेव्हा नाही नाही ते शब्द बाहेर पडले होते. सगळे वातावरणच दूषित, दुर्गंधीमय झाले होते. सीता म्हणाली होती–
''लक्ष्मणा, ज्येष्ठ भ्राता संकटात असताना तू इतका निश्चिंत कसा? मलातर आता असे वाटू लागले आहे की, रामाचा नाश व्हावा आणि सीता आपल्याला मिळावी अशीच तुझी इच्छा आहे की काय!''

त्या क्षणी लक्ष्मणाच्या देहातील रक्तप्रवाह जणू गोठून गेला. सीता? सीतामाई

असे म्हणत होती? वनवासाला निघते वेळी सुमित्रा-मातेने आशीर्वाद देत म्हटले होते, ''पुत्रा, आता अरण्यालाच अयोध्या समजून राहा, रामालाच दशरथ मान आणि सीतेमध्ये सुमित्रेचे दर्शन घे.'' ज्या सीतेला तो नेहमीच सुमित्रा-माता मानत आला, त्या सीतेच्या मनात असा विचार उद्भवला असेल? तिच्या मनात विचार आला तर आला, परंतु त्याला तिने शब्दरूप देऊन ओठाबाहेर कसे येऊ दिले?

''...आणि हे लक्ष्मणा,'' विचारमग्न लक्ष्मणाची स्तब्धता भंग करणारा रावणाचा आवाज आला. ''ज्यांना आपण आजीवन आपले आप्त मानत असतो, ते आपल्या अत्यंत कठीण समयी साहाय्यभूत होऊ शकत नाहीत. एवढेच नव्हे, तर ज्यांना आपण पूर्वी कधी भेटलो नसू अथवा भविष्यकाळात पुन्हा कधी भेटण्याचा संभवही नसेल, अशी माणसे आपल्या रक्षणाला धावून येतात. हे असे का होते, ते आपल्याला कोणालाच कळत नाही. त्याचे निश्चित ठोकताळे कोणीच सांगू शकत नाही. असे होत असते, एवढेच केवळ ध्यानात घ्यायचे. बस्स! हे सगळे असे घडत असतानाही जो माणूस समाधान मिळवून जगू शकतो, त्याच्या दृष्टीने अशा गोष्टी घडणे न घडणे सगळेच निरर्थक असते.''

पुन्हा एकदा लक्ष्मणाला शब्द सुचेना. रावणाचे म्हणणे अक्षरश: सत्य होते. पंचवटीतील त्या अत्यंत कष्टमय वास्तव्यात एकाही अयोध्यावासीयाचे साहाय्य झाले नव्हते; भरताचेही नव्हते. परिस्थितीच अशी निर्माण झाली होती आणि तशा त्या विपरीत परिस्थितीत सुग्रीव, हनुमान, बिभीषण यांसारखे किती स्वजन लाभले होते! ह्या सगळ्यांनी त्या बिकट परिस्थितीला सामोरे जाताना आपले प्राणही पणाला लावले होते. रावण सत्यच बोलत होता. 'असे... असे का घडते? कशासाठी?'

भूमीवर धुळीत तडफडणाऱ्या रावणाच्या देहाने एक शेवटचा आचका दिला. त्याला कंठातून वेदनांचा एक हुंकार निसटला. अनिमिष नेत्रांनी लक्ष्मण पाहत राहिला. जवळ उभ्या असलेल्या सेनानायकांनी सर्वांना सोडून जाणाऱ्या आपल्या स्वामीला वंदन केले. लक्ष्मणाचे हात नकळत जुळले. त्याने मस्तक नमवले. रावणाच्या मुखावर शांत भाव पसरला. प्रणव नाद करत असावेत असे त्याचे ओठ विलग झाले आणि त्यांवर एक हलकीशी स्मितरेषा उमटली. त्याचे मस्तक कलंडले. तेथे आता लंकाधिपती दशानन राजा रावण नव्हता. तेथे आता केवळ एक महाकाय मानवदेह पडला होता, ज्याचा रावणाशी काही संबंध नव्हता.

लक्ष्मण रामाच्या शिबिरात परतला. तेथे अत्यंत उत्कंठेने त्याची वाट पाहणाऱ्या सर्वांच्या डोळ्यांत एकच प्रश्न दाटला होता. रावणाचा मृत्यू होणारच होता, परंतु देहात प्राण असेपर्यंत पुढील विधी करता येत नव्हते.

"श्रीरामा," रामाच्या चरणापाशी मस्तक नमवून लक्ष्मण म्हणाला, "लंकाधिपती रावण मृत्यू पावला आहे. त्याचे प्राण परलोक-यात्रेला निघून गेले आहेत."

लक्ष्मणाचे ते शब्द ऐकताच बिभीषणासहित सर्व वानर-सेनानायकांनी जयनाद केला. रामाने पाहिले, त्या जयघोषात हनुमान सामील झाला नव्हता. आपला उजवा हात उंचावून रामाने सर्वांना रोखले.

"जयनाद मृत्यूबद्दल नसतो, तो विजयासाठी असतो. विजयाचा जयघोष आपण ह्याआधी केलेलाच आहे. ज्या क्षणी ब्रह्मास्त्राने रावण घायाळ होऊन पडला, त्या वेळी आपण जो जयनाद केला, तो सार्थ आणि गौरवास्पद होता. आता मृत्यूसाठी असा हर्षनाद करणे योग्य नव्हे."

सगळीकडे शांतता पसरली. "आता आपण करण्याचे एकच कार्य शेष आहे, ते म्हणजे रावणाचा अंत्यसंस्कार. त्याचा अंत्यविधी एका राजाला आणि वीर योद्ध्याला साजेसा करणे, हे आता आपले काम आहे."

सगळे आश्चर्याने स्तंभित झाले. ज्या रावणाशी काही वेळापूर्वी अटीतटीचे, जीवनमरणाचे शत्रुत्व होते, त्या रावणाचा अंत्यसंस्कार वीर योद्ध्याला साजेसा, राजाला शोभेसा करण्याची रामाची सूचना कोणालाच पटत नव्हती, कळत नव्हती.

"क्षमा असावी रघुनंदन!" गोंधळून गेलेल्या त्या सगळ्यांच्या मनातल्या भावनेचाच जणू पडसाद असावा असे शब्द बिभीषणाच्या तोंडून निघाले. "रावण वीर योद्धा होता हे खरे, परंतु तो आपला शत्रू होता. फारतर त्याचे मृत शरीर अंतिम संस्कारांसाठी त्याच्या सेनानायकाच्या सुपूर्द करून टाकू. त्यांना हवा तसा त्यांच्या स्वामींचा अंत्यविधी त्यांनी करावा."

“आपला शत्रू असणारा रावण तो हा नव्हे बिभीषणा! कोणत्याही भावनेचा संबंध प्राणमय देहाशी असतो. तेथवरच त्याची मर्यादा असते. मृत्यूनंतर कसले वैर! मृत्यूनंतर कसलेच शत्रुत्व उरत नाही.”

“पण... पण रावण पापाचारी होता; धर्मभ्रष्ट होता. त्याने अनीतीने सीतामाईचे अपहरण केले होते. हे सगळे कसे विसरायचे प्रभू?”

“तोच रावण तुझा ज्येष्ठ भ्राता होता. तुम्ही दोघेही एकाच मातेचे पुत्र आहात. रावणाचा धर्मानुसार आणि यथोचित अंत्यसंस्कार करू शकेल असा निकटतम स्वजन तूच आहेस. ते काम तूच करायला हवेस.” राम ठामपणे म्हणाला.

आता प्रतिप्रश्न अथवा विवाद करण्याची शक्यताच उरली नव्हती. बिभीषणाने मस्तक झुकवले. तेथे उपस्थित असलेले सर्व सेनानी रामाच्या आज्ञेनुसार रावणाच्या अंत्यसंस्काराच्या तयारीला लागले.

अग्निसंस्काराचे सर्व विधी यथोचित सन्मानाने पार पडले; परंतु लक्ष्मणाच्या मनात प्रचंड घालमेल होत होती. एकापाठोपाठ एक अनुभवलेल्या घटनांमुळे निर्माण झालेली चित्तातील अस्वस्थता शमत नव्हती. मुळात रावणाला गुरू मानून त्याच्याकडून ज्ञानार्जन करून घेण्याच्या रामाच्या आज्ञेनेच तो आश्चर्यचकित झाला होता. ज्ञान मिळवून घेण्याच्या त्या एकूण प्रक्रियेत अखेरचे श्वास मोजणारा रावण ज्या तटस्थपणे सहयोगी झाला होता, त्यामुळे लक्ष्मणाचे आश्चर्य दुणावले होते. त्यानंतरचा अनुभव तर त्याहीपेक्षा अधिक थक्क करणारा होता. रावणाने अतिशय सहजपणे सांगितलेली परमसत्ये ऐकल्यापासून त्याचे अंतरंग पूर्णपणे डहुळले गेले होते. आश्चर्याच्या आणि अस्वस्थतेच्या लाटांनी त्याला वेढून टाकले होते. काल-परवापर्यंत ज्या व्यक्ती, जे स्वजन त्याला विशिष्ट रूपात दिसत आले होते, त्यांच्याकडे तो ज्या दृष्टीने पाहात होता, त्यात प्रचंड उलथापालथ झाली होती. आप्त-जनांचे चेहरे डोळ्यांपुढे येत होते आणि विखरून जात होते. आठवणीतील चेहेरे विरूप होत होते. मनातल्या कित्येक प्रतिमांना धक्का बसला होता आणि ह्या सगळ्या घडामोडींचा शेवट अजून व्हायचा होता. ज्या शत्रूच्या वधासाठी हजारोंचे प्राण खर्ची पडले होते, त्या शत्रूचा रामाने वीर योद्ध्यासारखा गौरव केला होता. त्याच्या शवाचे दहनही राजाला यथोचित सन्मानाने केले होते.

इकडे बिभीषणालाही रामाचे वर्तन अगम्य वाटत होते. रामाला शरण आल्यापासून बिभीषणाने त्याची आज्ञा सदैव शिरोधार्य मानली होती. कधीही प्रतिप्रश्न केला नव्हता. आज मात्र न राहवून त्याच्याकडून उलट प्रश्न विचारला गेला होता. रामाची आज्ञा पाळायची म्हणून त्याने ज्येष्ठ बंधू रावणाचे सर्व अंतिम संस्कार केले होते, परंतु त्याच्या मनात उठलेले प्रश्नांचे वादळ अजून शमले नव्हते.

ह्या सगळ्यांत एक हनुमानच काय तो सगळे प्रश्न आणि सगळी उत्तरे

सापडल्यासारखा स्वस्थचित्त होता.

''रामचंद्रा,'' लक्ष्मणाला राहवले नाही. त्याच्या तोंडून प्रश्न निसटला. ''तुम्ही रावणाला माझे गुरुपद दिलेत, म्हणजे आता माझ्या जीवनात त्याचे स्थान कुलगुरू वसिष्ठ आणि महर्षी विश्वामित्र ह्यांच्या तोडीचे झाले. वसिष्ठ, विश्वामित्र आणि रावण समकक्ष झाले!''

''रावण त्या कक्षेला पात्रच होता लक्ष्मणा.''

''काय म्हणता रामा!''

''एक गोष्ट विचारू का लक्ष्मणा?'' राम पूर्ववत् शांतपणे म्हणाला. ''कुलगुरू वसिष्ठ आणि महर्षी विश्वामित्र ह्यांच्याकडून तुला शस्त्रांचे आणि शास्त्रांचे ज्ञान प्राप्त झाले, ह्यापेक्षा विशेष, त्याहून अधिक काहीतरी तू मरणोन्मुख रावणाकडून मिळवले आहेस, असे तुला वाटत नाही काय?''

''होय रामा. तसेच वाटते!'' रामाचे म्हणणे लक्ष्मणाला नाकारता येत नव्हते. ''क्षणभर मला असेही वाटते रामा की, मरणासन्न अवस्थेतला हा रावण इतक्या थोड्या अवधीत अशी इतकी परमसत्ये उलगडून दाखवू शकला, तर त्याच्या प्रदीर्घ जीवनयात्रेत त्याने प्रत्यक्षात केवढे ज्ञान मिळवले असेल!''

''खरेच आहे; आणि स्वत: प्राप्त केलेले ते सर्व त्याने साररूपाने तुला दिले आहे. खरोखर तुझे भाग्य थोर आहे! रावणाचे शिष्यत्व लाभणे सोपे नव्हे!'' बोलता बोलता राम किंचितसा म्हणाला, ''कुलगरू वसिष्ठांचे शिष्यत्व प्राप्त होणे स्वाभाविक होते; परंतु रावणाचे शिष्यत्व ही सहज घटना नाही.''

राम-लक्ष्मणांमधील हा संवाद सर्व जण एकचित्त होऊन, लक्षपूर्वक ऐकत होते. विविध प्रकारचे भाव त्यांच्या चेहऱ्यावंर उमटले होते.

''रावण कितीही ज्ञानी असू दे, अगदी मोठा तपस्वी असू दे,'' बिभीषण मध्येच उद्‌गारला, ''पण तो परस्त्रीच्या स्पर्शाने दूषित झाला होता हे तर खरेच. हा दोष क्षम्य नाही भगवंता!''

''बिभीषणा, तुझ्या म्हणण्यातील सत्य एकांगी आहे. रावणाने परस्त्री-स्पर्श केला हे खरे; ते सत्य स्वीकारले पाहिजे... '' नंतर अचानक हनुमानाकडे वळून राम म्हणाले, ''हनुमाना, लंका दहनापूर्वी तू ऐन मध्यरात्री रावणाच्या अंत:पुरात प्रवेश केला होतास. तेथे असलेल्या स्त्रियांना पाहून तुला काय वाटले, ते सांगू शकशील का?''

सगळ्या नजरा हनुमानावर खिळल्या. ह्या संभाषणात रामाने एकाएकी हनुमानाला का ओढले ते कोणालाच कळेना. अदृश्य रूप धारण करून सीतेला शोधत शोधत हनुमान रावणाच्या अंत:पुरात पोहोचला, त्या वेळी तेथील स्त्रियांचे त्याने बारकाईने निरीक्षण केले होते, हे सर्वांनाच माहीत होते. लंकेहून परतल्यावर स्वत: हनुमानाने

तसे रामाला सांगितले होते. तंद्रित, अर्धतंद्रित आणि निद्रिस्त अवस्थेतील त्या स्त्रियांची वस्त्रे-आभूषणे अस्ताव्यस्त झालेली होती. एक रावण सोडला, तर अशा स्थितीतील त्या स्त्रियांना प्रत्यक्ष पाहणारा एकमेव पुरुष हनुमान होता. केवढी ही विसंगती!

हनुमानाला आठवले; तो स्वत: रामाला म्हणाला होता, ''त्या सर्व रमणी कामपीडित होऊन स्वेच्छेने रावणाच्या अंत:पुरात आल्यासारख्या वाटत होत्या. एकही स्त्री रावणाने तिच्या इच्छेविरुद्ध, बळपूर्वक तेथे आणून डांबल्यासारखी दिसत नव्हती. रावणाखेरीज कोणी अन्य पुरुष आवडत असेल, असे एकाही स्त्रीकडे पाहून वाटत नव्हते.''

साक्षात हनुमानाचे स्वत:चे हे अनुमान होते. त्या सर्व स्त्रियांचे चेहरे त्याला प्रसन्न दिसले होते. त्यांच्या चेहऱ्यांवर झळकणारा संतोष त्याने स्वत: पाहिला होता. बळजबरीचे कोणतेही चिन्ह तेथे नव्हते. मग... मग असे का व्हावे?

रावण मृत्यू पावल्यानंतर आता ती जुनी गोष्ट पुन्हा एकदा हनुमानाच्या तोंडून वदवून घेण्यामागे श्रीरामांचा काय हेतू होता?

''दोन मध्यरात्री रावणाच्या अंत:पुरातल्या असंख्य स्त्रियांचे दर्शन तुला घडले होते. त्या वेळी तुझ्या मनात उमटलेले भाव, दाटून आलेले विचार तू मला सांगितले होतेस. ते सर्व, हे पवनपुत्रा, ते सर्व भाव, ते सगळे विचार, आत्ता येथे उपस्थित असलेल्यांना तू जसेच्या तसे कथन कर.''

कपिवर हनुमानाने आपल्या स्मृतींना उजाळा दिला. पूर्वी पाहिलेले दृश्य पुन्हा एकदा त्याच्या दृष्टीपुढे तरळून गेले. क्षणभर त्याने आपले डोळे मिटून घेतले. हनुमानाने आजन्म नैष्ठिक ब्रह्मचर्याचे पालन केले होते. भर मध्यरात्री परक्याच्या अंत:पुरातील स्त्रियांना अशा अवस्थेत पाहणे त्याला शोभेसे नव्हतेच; तरीही, केवळ आपल्या कर्तव्याचा भाग म्हणून, आपला धर्म मानूनच त्याने ते काम पार पाडले होते. परंतु 'आता पुन्हा एकदा त्या गोष्टीचे स्मरण करताना नकळत आपल्या हातून धर्माचा लोप तर होत नाही ना' असा प्रश्न हनुमानाच्या मनात निर्माण झाला; पण ही रामाची आज्ञा होती; आणि रामाने स्वत: धर्म कसा लयाला जाऊ दिला असता?

त्या वेळी हनुमानाच्या मनात जे जे भाव उत्पन्न झाले होते, त्या वेळी त्याने रामाला जे काही सांगितले होते, ते त्याने पुन्हा एकदा जसेच्या तसे सर्वांना ऐकवले. हनुमानाच्या तोंडचे शब्द ऐकून सगळे जण थक्क झाले.

''तुम्ही आम्हाला विलक्षण पेचात टाकत आहात कौसल्यानंदन!'' बिभीषण म्हणाला. ''हनुमानाच्या मनातले हे भाव आम्हाला सांगून तुम्ही काय सुचवू पाहत आहात, हेच समजणे कठीण आहे.''

"राक्षसराज बिभीषणाप्रमाणेच मीही गोंधळून गेलो आहे.'' सुग्रीवाने बिभीषणाच्या म्हणण्याला दुजोरा दिला. "हनुमानाचे कथन मान्य केले, तर रावणाने सीतामाईचे हरण केले ही गोष्ट अधिकच बुचकळ्यात टाकणारी ठरते.''

"कारण,'' समजावून सांगण्याच्या स्वरात राम म्हणाला, "ह्या समग्र घटनेत रावणाची निश्चित भूमिका काय होती, हेच आपल्याला कळले नसेल. वादळ आता शमले आहे. ह्या सगळ्या प्रकरणाचा पुन्हा एकदा पुनर्विचार करण्यातच माणसाचा मोठेपणा आहे.''

"म्हणजे? तुम्हाला म्हणायचे तरी काय आहे रामा? लंकाधिपती रावणाच्या आयुष्यात एखादे गूढ आहे? आणि ते तुम्हाला ज्ञात आहे? तसे असेल, तर आम्हाला ते लवकर सांगून टाका.'' लक्ष्मणाने उतावळेपणाने आग्रह केला.

"होय भगवंता, सांगा ना!'' सगळ्यांनी लक्ष्मणाच्या सुरात सूर मिसळला. "आमची उत्कंठा आता शिगेला पोहोचली आहे. बिभीषणालाही जे माहीत नाही असे काहीतरी तुम्ही सांगणार आहात का?''

"तसेच काहीसे आहे खरे!''

"तर मग अवश्य सांगा रामा. ते रहस्य ऐकल्यविना आता आम्हाला अगदी राहवत नाही.''

"ठीक आहे. तुमची उत्कंठा मी पूर्ण करतो.'' रामाने सांगायला प्रारंभ केला. "मी सांगणार आहे, ती केवळ रावणाच्याच नव्हे, तर आपल्या सर्वांच्या दुर्भाग्याची गोष्ट आहे. तो महा काळ किती तटस्थपणे, किती त्रयस्थपणे आपल्या सगळ्यांना त्याच्या हातातली प्यादी बनवत असतो, त्याची ही कहाणी आहे. ऐका तर. एकचित्त होऊन, लक्ष देऊन ऐका.''

सुमाली लंकेच्या दुर्गाबाहेर उभा होता. दुर्गाच्या सुवर्णाने मढवलेल्या महाद्वारावर त्याची दृष्टी स्थिरावली होती. द्वार बंद होते. तटबंदीलगत सगळीकडे रानटी झाडेझुडपे अस्ताव्यस्तपणे वाढली होती. सर्वत्र गवत माजले होते. वटवाघळे, घुबडे असे अशुभ पक्षी तेथे वास करत असावेत, असे त्या झाडोऱ्यातून येणाऱ्या विविध आवाजांवरून वाटत होते. तटापलीकडच्या नगरीकडे सुमाली डोळे ताणून पाहू लागला.

नगराच्या अगदी मध्यभागी असलेला दहा मजली प्रासाद सुमालीने स्वत:च्या निवासासाठी निश्चित केला होता. त्या प्रासादाच्या माथ्यावरचे घुमट कितीतरी दूरवरून डोळ्यांत भरत होते. त्या प्रासादाला वेढून नऊ मजल्यांचे आठ महाल निर्माण केले होते. आठही महाल लंकाधिपतीच्या अमात्यांसाठी होते. प्रत्येक महालावरच्या घुमटावर असंख्य रत्ने जडवली होती. प्रत्येक घुमटावरच्या रत्नांचा रंग वेगळा होता. मध्यभागी लंकाधिपतीचा भव्य प्रासाद दिमाखात उभा होता. त्याच्या घुमटांवर इतर आठ घुमटांवरच्या आठही रंगांची रत्ने एकत्र तळपत होती. सूर्याची किरणे घुमटांवर पडली की विलक्षण विलोभनीय, मनोहारी दृश्य तयार होत होते. आठ महालांवरून आठ वेगवेगळ्या रंगांची प्रकाशकिरणे परावर्तित होत होती, तर केंद्रस्थानी असलेल्या प्रासादाच्या घुमटांवरून एकाच वेळी नवरंग परावर्तित होत होते. अद्भुत दृश्य होते ते!

सुमालीने दीर्घ श्वास घेतला. पाठोपाठ त्याच्या काळजातून एक कळ उमटली आणि जीवघेणा नि:श्वास निसटला.

ती त्याची नगरी होती; सुमालीची! विश्वकर्म्याने आपल्या मित्राला, सुमालीला अत्यंत प्रेमाने भेट दिलेली हीच ती भूमी! एके काळी त्या भूमीचा स्वामी असणारा हाच सुमाली आता निराधार, आश्रयहीन झाला होता. गुप्तवेशात रानावनात राहत होता.

तारुण्यात पदार्पण करणाऱ्या सुमालीच्या मनात सर्वाधिक प्रबळ इच्छा एकच होती – देवांची, गंधर्वांची, यक्षांची, किन्नरांची वसती जेथे असेल, तेथेच, त्याच भूमीवर आपलीही स्वत:ची नगरी असावी. उपेक्षित अवस्थेत जागोजागी विखुरलेल्या आपल्या आप्त जनांना एकत्र आणून त्यांच्यासमवेत आपणही देव-यक्षादी सर्वांच्या बरोबरीने, सन्मानाने जगावे. त्याच्या ह्या महेच्छेमागचे कारणही तसेच होते. सुमालीचा पिता सुकेश राक्षस-कुलाचा अधिपती होता आणि त्याची माता, सुकेशाची पत्नी देववती गंधर्वराज विश्वावसूची पुत्री होती. सुमालीच्या देहात राक्षस आणि गंधर्व अशा दोन्ही कुलांचे रक्त वाहत होते. देवभूमी अमरावतीच्या निकट राहणाऱ्या आपल्या आजोळच्या कुलातल्या गंधर्वांची निवासस्थाने त्याने बालपणी पाहिली होती. माता देववतीसह तो तेथे राहिला होता. त्या गंधर्वांसोबत राहणाऱ्या यक्ष-किन्नरांच्या नगरी त्याने निरखल्या होत्या. लहानपणापासून त्याला त्या नगरींबद्दल, तेथल्या निवासस्थानांबद्दल विलक्षण आकर्षण निर्माण झाले होते. आपल्या मनातले कुतूहल, आपले आकर्षण त्याने ज्या ज्या वेळी माता देववतीपाशी व्यक्त केले होते, त्या त्या वेळी मातेने त्याला बजावले होते, ''बाळा, एक गोष्ट नीट ध्यानी घे. तू राक्षसकुलात जन्मला आहेस आणि हिमालय, मेरू अथवा मंदार पर्वतांवर राक्षसांची वसती होऊ शकत नाही.''

''पण का?'' सुमालीने विचारले होते. ''ह्या भूभागावर आपले मातुल-कुल राहू शकते. मग त्याच भूभागावर आपण का राहू शकत नाही?''

''कारण तुझा पिता राक्षस-कुलातला आहे. पित्याकडून तू राक्षस आहेस. राक्षस कुलांनी आपल्या निकट येऊन राहावे, हे देव-गंधर्व-यक्ष-किन्नरांना मान्य नाही.''

''पण का माते?'' सुमालीने तोच प्रश्न पुन्हा एकदा विचारला.

''ते काही मला ठाऊक नाही. कदाचित, विधात्यानेच तसे ठरवले असेल.'' असे म्हणून माता देववतीने तो विषय तेथेच संपवला होता.

मातेशी संभाषण संपले होते, परंतु त्या क्षणी सुमालीच्या मनात प्रचंड खळबळ माजली होती. हिमालयाच्या भूमीवर राहणाऱ्या ह्या सगळ्यांपेक्षा आपल्यात अशी कोणती उणीव आहे की, जीमुळे ह्यांनी आपल्याला स्वीकारू नये, ह्या प्रश्नाने त्याला ग्रासून टाकले होते. त्याचा जन्म राक्षस-कुलात झाला होता – निर्विवाद सत्य! पण जन्मणारा प्रत्येक देव, प्रत्येक यक्ष, प्रत्येक गंधर्व किंवा सप्त सिंधूंच्या प्रदेशात वास करणारा प्रत्येक मानवसुद्धा कोणत्या ना कोणत्या एका विशिष्ट कुलाचे अपत्य म्हणून जन्म घेत होता. असे असता, केवळ आपल्या राक्षस-कुलाप्रतीच अशी कुदृष्टी का? कशासाठी?

त्याच्या मनात अनेक प्रश्न निर्माण होत होते.

यक्ष आणि गंधर्व स्वत:च्या भूमीला यज्ञभूमी म्हणत. सप्तसिंधूंच्या हिरव्यागार प्रदेशात, सरस्वतीच्या तीरावर वसलेले आर्य! किती गौरवाने ते आपल्या यज्ञसंस्कारांबद्दल बोलत! पण मग विधिवत् वैदिक यज्ञयाग करण्यात राक्षस-कुले तरी कुठे मागे होती? तेही यज्ञ करतच होते. सप्तसिंधू-प्रदेशातल्या आणि देवलोकातल्या प्रजेप्रमाणेच राक्षसही वेदांच्या ऋचांचे अनुशीलन करतच होते.

वाढत्या वयाबरोबरच तारुण्यावस्थेतील सुमालीची समजशक्ती जसजशी वाढत गेली, तसतशी त्याची ती अधीर उत्कंठा, ती व्याकूळताही वाढत गेली.

"हे असे का पिताजी?" आपल्या मनात सतत घोळत असलेला प्रश्न त्याने एके दिवशी आपल्या पित्यासमोर प्रकट केलाच. "राक्षस-कुलात आणि यक्ष-कुलात असा फरक आहे तरी कोणता? ते वेगळे कसे?"

"काहीच भिन्नता नाही त्यांच्यात पुत्रा!" सुकेशाने समजावण्याच्या सुरात म्हटले. "परमपिता ब्रह्माने ह्या चराचर सृष्टीमध्ये सर्वप्रथम जल उत्पन्न केले आणि नंतर ह्या जलाच्या यजन-पूजन आणि रक्षणासाठी दोन पुत्र उत्पन्न केले. एकाने म्हटले, 'हे प्रजापते, मी ह्या जलाचे 'यक्षण' म्हणजेच पूजन करेन.' परमपित्याने 'तथास्तु!' म्हटले; आणि मग जे 'यक्षण' म्हणजे यजन आणि पूजन करणारे होते त्यांना 'यक्ष' म्हटले. दुसऱ्या पुत्राने पित्याकडून जलाच्या रक्षणाचा उत्तराधिकार मागून घेतला. रक्षण करू इच्छिणाऱ्या ह्या पुत्राला परमपित्याने म्हटले 'राक्षस.' यक्षांनी आपली वसती हिमालयाच्या डोंगराळ भागात केली आणि राक्षस कावेरी, गोदावरी यांसारख्या पुण्यसलिला नद्यांच्या तीरी राहू लागले. इतर थोडे समुद्रातटी वसले. बस्स! दोघांमध्ये एवढाच काय तो फरक आहे."

पित्याचे बोलणे ऐकून सुमालीच्या उद्विग्नतेत आणखीच भर पडली. एकाच पित्याची अपत्ये असूनही असा भेदभाव का? यक्षभूमीची गणना उच्चलोकात आणि राक्षसभूमीबद्दल एवढी हीन भावना? का? कशासाठी? उद्विग्न सुमालीच्या मनात त्या क्षणी आपल्या स्वत:च्या नगरीच्या निर्मितीच्या विचाराने मूळ धरले. 'आपली नगरी! लहानपणी इंद्राच्या अमरावतीत पाहिलेल्या नगरासारखी. तंतोतंत तशी किंवा त्याहूनही सरस!' स्वत:चे नगर निर्माण करण्याचा सुमालीने तेव्हाच दृढ संकल्प केला होता. आपला उद्देश साकार करण्यासाठी त्याने विश्व-स्थपती विश्वकर्म्याशी संपर्क साधला.

"मित्रा विश्वकर्म्या," आपल्या मनात जपून ठेवलेला विचार व्यक्त करत तो म्हणाला, "माझ्यासाठी एका विशाल नगराचे आयोजन तू करावेस अशी माझी इच्छा आहे."

"अवश्य!" विश्वकर्मा दिलासा देत म्हणाला. "आजवर मी अनेक नगरे, कितीतरी भवने देव-यक्ष-गंधर्वादिकांसाठी निर्माण केली आहेत. राक्षस परिवारातल्या

तुझ्यासारख्या मित्रांसाठीसुद्धा असे काहीतरी निर्माण करताना मला आनंदाच होईल.''

''तर मग मित्रा, हिमालय, मेरू किंवा मंदाराचलासारख्या निसर्गसौंदर्याने नटलेल्या प्रदेशांपैकी एखाद्या ठिकाणी माझ्यासाठी असे नगर निर्माण करून दे.''

''हे काय म्हणतोस तू सुमाली?'' विश्वकर्म्याला अतीव आश्चर्य वाटले. ''राक्षस-कुलांना निषिद्ध असलेल्या भूभागावर राहण्याच्या तुझ्या उद्देशातून केवळ संघर्षच उद्भवेल. अशा क्लेशकारक कार्यात मी सहभागी होऊ शकत नाही.''

विश्वकर्म्याचे बोलणे ऐकून सुमाली अवाक् झाला. 'आपल्या मनातील कल्पना साकार करण्याचे काम विश्वकर्मा मान्य करू शकणार नसेल, तर मग देवभूमीवर अथवा यक्षभूमीवर अशा तऱ्हेची निर्मिती इतर कोणाच्याही हातून होणे शक्य नाही. विश्वकर्म्याइतकी भव्य-दिव्य सक्षमता अन्य कुणा स्थपतीकडे कुठली असायला!'

''असा गोंधळून जाऊ नकोस सुमाली. दक्षिण समुद्राच्या तीरावर त्रिकूट नावाचा एक पर्वत आहे. या त्रिकूट पर्वताच्या शिखरावर शंभर योजने लांब आणि तीस योजने रुंद अशी लंकानगरी मी ह्यापूर्वीच निर्माण केली आहे. ही नगरीच नव्हे, तर हा संपूर्ण भूभाग इंद्राच्या अमरावतीपेक्षा कणभरही उणा नाही. उलट, अमाप जलराशीने ती वेढलेली असल्याने ह्या नगरीला शत्रूपासून मुळीच भय नाही. संपूर्णपणे सुरक्षित अशी ही नगरी आहे. यक्षांनीच काय, देवांनीही हेवा करावा असे भव्य भवन ह्या नगरीत मी तुझ्यासाठी उभे करीन. तू खुशाल तेथे जाऊन राहा सुमाली.''

विश्वकर्म्याचा हा प्रस्ताव सुमालीने मान्य केला. नाहीतरी दुसरा पर्याय होताच कुठे?

विश्वकर्म्याच्या म्हणण्यात तथ्य होते. लंकानगरी होतीच तशी! पाहताक्षणी डोळे दिपून जावे अशी भव्य! कोण्या शत्रूने जन्मभर प्रयास केले असते, तरी त्याचे आयुष्य सरून गेले असते, पण तिच्या अभेद्य दुर्गाचा एक कणही निखळला नसता इतकी सुरक्षित! चहूबाजूला पसरलेल्या अफाट जलराशीमुळे त्रिकूट पर्वताचा हा भूभाग अत्यंत शोभिवंत दिसत असे.

'देवभूमीत मला राहणे शक्य नव्हते; नसू दे. जेथे राहतो तेथेच मी देवभूमी निर्माण केली आहे.' सुमालीचा ऊर अभिमानाने भरून आला.

आपल्या भाग्याच्या विचारात आनंदाने रममाण होण्याचे सुख सुमालीला फार काळ लाभले नाही. लंकानगरीच्या समृद्धीची वार्ता प्रथम सप्तसिंधूच्या आर्य प्रदेशात आणि नंतर हिमालयाच्या देवभूमीत झपाट्याने पसरली. असेच होत राहिले, तर जसजशी राक्षसकुलाची समृद्धी वाढत जाईल, तसतसे त्यांचे सामर्थ्यही वृद्धिंगत व्हायला फारसा वेळ लागणार नाही; देवभूमीत निवास करणाऱ्यांना त्याचप्रमाणे त्यांचे समर्थक असणाऱ्या सप्तसिंधूतील आर्यांना ह्या वाढत्या सामर्थ्यामुळे

नजीकच्या भविष्य काळात मोठा धोका संभवतो, अशी देव-गंधर्व-यक्ष आदींची समजूत झाली. लंकानगरीत राक्षसांना प्रबळ होऊ द्यायचे नाही. तेवढा अवधी त्यांना मिळू द्यायचा नाही, असे त्यांनी संगनमत करून ठरवून टाकले.

...आणि सुरू झाला एक संग्राम! सुर-असुरांमधील संग्राम. आधी मनोभूमीत, नंतर प्रत्यक्ष रणभूमीवर!

आपल्या साक्षात अस्तित्वाचा, अगदी जीवनमरणाचाच प्रश्न असल्याने राक्षस संपूर्ण शक्तीनिशी लढले; परंतु समोर होता एकत्रित होऊन, संयुक्तपणे सामर्थ्यशाली होऊन लढणारा प्रतिपक्ष! राक्षसांचा पराभव अटळ होता. आज ना उद्या उघड्या डोळ्यांनी लंकानगरीचा त्याग करून, जीव वाचवण्यासाठी कुठेतरी रानोमाळ, अज्ञातवासात राहण्याखेरीज दुसरा पर्याय समोर दिसत नव्हता. सुमाली आणि केतुमती ह्यांनी सर्व कुटुंबासह, रात्रीच्या अंधकारात गुप्त मार्गाने लंकेचा निरोप घेतला. देवांचा विजय झाला; परंतु लंकेत येऊन राहण्याची त्यांची कामना नव्हतीच. राक्षसांच्या वाढत्या सामर्थ्याला खीळ घालणे, त्यांचे सामर्थ्य नष्ट करणे एवढाच त्यांचा मुख्य उद्देश होता; त्यातच त्यांना स्वारस्य होते. उद्देशपूर्ती होताच देवांचे विजयी सैन्य माघारी फिरले. लंकेतील चित्रच पालटले. लंकेची रया गेली. प्रात:काळी यज्ञवेदींतून उठणाऱ्या धूम्ररेषांसोबत निनादणाऱ्या वेदोच्चारांनी प्रारंभ होऊन उत्तररात्रीपर्यंत दुमदुमणाऱ्या गीतसंगीताच्या सुरावलींपर्यंतची सर्वच्या सर्व कार्ये स्थिरावली, थंडावली, शेवटी लोप पावली. नानाविध व्यवसाय-उद्योगांनी सतत गजबजणाऱ्या लंकेवर अवकळा पसरली. नगरी उजाड झाली, परंतु जागोजागी विलसणारे वैभव, विखुरलेली समृद्धी जशीच्या तशीच राहिली होती. नगरीतील अमाप धन तर राहोच, जेत्या देवांनी दुर्गाच्या सुवर्णमंडित द्वारांचा कणभर तुकडाही आपल्याबरोबर नेला नव्हता. लंकेवरील आक्रमणामागे धनलालसा नव्हतीच. मुळात देवांपाशी अपार धन होते; लंकेतील संपत्ती तर परक्याची होती. परधनाला स्पर्शही करायचा नसतो, ही भावना ह्या विजेत्यांनी कित्येक पिढ्यांपासून जोपासली होती, नव्हे, त्यांचा तो धर्मच होता.

गुप्त वाटेने लंकेतील दुर्गातून निघून सुमाली, कुटुंबपरिवारासह पायथ्याच्या सपाट प्रदेशात पोहोचला. सर्वदूर अरण्यांनी व्यापलेला तो भूभाग होता. शत्रूलाच काय, सूर्यकिरणांनाही प्रवेश करता येऊ नये इतकी घनदाट झाडी तेथे होती. शत्रू पाठलाग करत येथवर येऊन पोहोचू शकणार नाही अशी सुमालीची खात्री पटली. त्या अरण्यातच एका सुरक्षित जागी त्याने आपल्या ह्या अज्ञातवासातील नव्या जीवनाचा प्रारंभ केला.

नव्या जीवनात परिस्थिती फार वेगळी, फार बिकट होती. गमावलेल्या लंकेवर पुनश्च स्वत:चे आधिपत्य गाजवण्याचे स्वप्न सोडून देणे संभवत नव्हते आणि ते

प्रत्यक्षात उतरवणे असंभव होते. कधी कधी अत्यंत उदास होऊन त्याची पत्नी केतुमती त्याला विचारत असे, ''नाथ, आपल्या प्रिय लंकेतल्या, नवरत्नांच्या तेजाने झगमगणाऱ्या प्रासादांच्या महालात विहार करणे आपल्याला ह्यापुढे कधीतरी शक्य होईल का?''

''अवश्य प्रिये!'' तिचे सांत्वन करत सुमाली म्हणे, ''लंकेच्या पुन:प्राप्तीसाठीच तर आपण तिचा त्याग केला आहे. एक ना एक दिवस आपण लंका पुन्हा हस्तगत केल्याविना राहणार नाही. आपण ती मिळवूच मिळवू.''

पत्नीला धीर देण्यासाठी उच्चारलेले शब्द पोकळ होते, दिलेले आश्वासन व्यर्थ होते, हे सुमाली जाणून होता. एखादा चमत्कार झाला, तरच ते शक्य होते, ह्याची त्याला कल्पना होती. अशाच एखाद्या चमत्काराच्या प्रतीक्षेत तो होता. त्या दीर्घ प्रतीक्षेत, दाही दिशांना पसरलेल्या अंधकाराशिवाय सुमालीच्या हाती काहीच नव्हते. पुसटसा प्रकाश-किरणही कुठे आढळत नव्हता.

वाऱ्याच्या वेगाने काळ हातून निसटत होता.

सुमालीचा पुत्र प्रहस्त आणि कन्या केकसी दोघांनी तारुण्यात पदार्पण केले होते. केकसीला सुयोग्य वराच्या हाती सोपवण्याची केतुमतीची इच्छा प्रबळ होत होती. केकसीच्या सौंदर्यात तारुण्याची भर पडली होती. अज्ञातवासात राहून देता येईल ती सर्व विद्या तिच्या मातापित्यांनी तिला दिली होती. यज्ञविधी, वेदोच्चार, गोपूजन, वृक्षपूजन ह्या सगळ्या गोष्टी केकसीला सुपरिचित होत्या. आपल्या ह्या गुणी मुलीचा कुंवारपणाचा काळ उलटून जाण्याआधी तिला सुयोग्य आणि अनुरूप वराच्या हाती सोपवण्यासाठी केतुमती आतुर, अधीर झाली होती.

...पण! दुर्दैवाने केतुमतीची ही आकांक्षा पूर्ण झाली नाही. केकसीसाठी योग्य वराचा उघडपणे शोध घेण्यात मोठा धोका होता, त्यामुळे सुमालीकडून त्यात दिरंगाई होत होती. ह्या विलंबाचा परिणाम मात्र फारच वाईट झाला. अचानक एके दिवशी केतुमतीची जीवनज्योत मालवली. केतुमती जग सोडून गेली. सुमालीवर दुहेरी जबाबदारी येऊन पडली. दोन्ही जबाबदाऱ्या पार पाडण्यावाचून त्याला गत्यंतरही नव्हते! लंकानगरी पुन्हा प्राप्त करण्याचे केतुमतीला दिलेले सांत्वनपर आश्वासन सुमालीला सिद्ध करून दाखवता आले नव्हते. केतुमतीच्या पश्चात केकसीसाठी योग्य वर शोधणेही त्याला शक्य झाले नसते, तर एक प्रकारे तो अपराध ठरला असता. काय वाटेल ते होवो, आता केकसीसाठी योग्य वर लाभावा ह्यासाठी अज्ञातवास सोडून सप्तसिंधूंच्या प्रदेशातच काय, तर अगदी थेट हिमालयात अमरपुरीपर्यंतही जायची त्याने मनाची तयारी केली होती.

...अशा रीतीने आज सुमाली आपल्या उद्ध्वस्त नगरीचे निरीक्षण करत होता. 'अपार संपत्तीने भरलेल्या ह्या समृद्ध नगरीचा उपभोग घ्यायचा नव्हता, तेथे राहायचे

नव्हते, तर आपल्या शत्रूंनी इतके प्रयास करून आपल्यावर विजय तरी कशासाठी मिळवला?' हेच त्याच्या ध्यानी येत नव्हते. 'कशासाठी हा सगळा खटाटोप? येथे राहायचे नव्हते, तर मला देशोधडीला लावून माझी नगरी बळकावण्यामागे देवांचा हेतू तरी कोणता होता?' सुमालीच्या मनात काहूर माजले होते. दीर्घ काळ मनात धुमसत राहिलेला क्रोधाग्नी आता भडकला होता; तो उसळ्या मारत होता.

मनात प्रदीप्त झालेल्या त्या अग्नीला शमवण्याचा कोणताही मार्ग, कसलाही विकल्प त्या क्षणी सुमालीच्या दृष्टिपथात येत नव्हता. त्याच्या हातांच्या मुठी वळल्या, डोळ्यांत रक्त उतरले. रागाने संतप्त होऊन सुमाली दातओठ खाऊ लागला. आणि तरीही तो अगदी असहाय, अगतिक होता. त्या क्षणी सुमाली काहीच करू शकत नव्हता. करण्यासाठी एकच गोष्ट त्याच्या हाती होती – केकसीसाठी सुपात्र पतीचा शोध घेणे!

लंकानगरीकडे अधिक काळ पाहत राहणे सुमालीला शक्य होईना. त्याने लंकेकडे पाठ फिरवली आणि तळभूमीच्या विस्तीर्ण भूखंडाकडे नव्याने नजर टाकली.

तळभूमीच्या त्या विस्तीर्ण सपाट प्रदेशावर पाय ठेवताक्षणीच जवळच असलेल्या आश्रमांमधून प्रगटणाऱ्या धूम्रवलयांचा सुवास त्याला जाणवला. त्या सुगंधाच्या दिशेने त्याने दृष्टी वळवली. जवळच कुठेतरी आश्रम असल्याची चिन्हे दिसत होती. आकाशाच्या दिशेने धूमाच्या रेषा उमटत होत्या. सायंकाळ झाली होती. घरी परतणाऱ्या गायींचे हंबरणे कानी पडत होते.

एकाएकी सुमालीच्या जवळच काहीतरी हालचाल झाली. चमकून सुमालीने तिकडे पाहिले. चौदा-पंधरा वर्षांचा एक किशोर त्याच्या जवळून अतिशय त्वरेने पळत होता.

"वत्सा!" सुमालीने त्याला थांबवत म्हटले. "तू कोण रे बाळा?"

पूजा-अर्चेची सामग्री हातात घेऊन धावणारा तो किशोर सुमालीचा प्रश्न ऐकून थबकला. त्याने नजर उचलून एकदा सुमालीकडे पाहिले. नंतर विनम्रपणे मस्तक नमवत तो उत्तरला, "पिता विश्रवा आणि माता देववर्णिनीचा पुत्र मी वैश्रवण, आपल्याला वंदन करतो."

सुमाली स्थिर नजरेने त्या कुमाराकडे पाहत राहिला. त्याने नुकतेच स्नान केले असावे. केवळ अधोवस्त्र परिधान करून तो निघाला होता. देहाचा वरचा भाग अनावृत होता. त्याच्या कंठात यज्ञोपवीतासोबत माळाही शोभून दिसत होती. सुदृढ बांध्याचा तो गौरवर्णीय कुमार बघणाऱ्याचे मन प्रसन्न करत होता. सुमाली विचारमग्न झाला.

"मी आपल्याला काही साहाय्य करू शकतो का?" कुमार वैश्रवणाच्या स्वरात गोडवा होता.

सुमालीने उत्तर दिले नाही. काहीच न बोलता त्याने कुमाराच्या मस्तकावर हात ठेवला. पुन्हा एकदा वंदन करून वैश्रवण उतावळ्या पावलांनी चालू लागला.

सुमालीने डोळे मिटून घेतले. त्याच्या मनात अचानक प्रकाश उजळला. 'किती तेजस्वी होता तो कुमार! माझ्या केकसीच्या उदरी असाच एखादा तेजस्वी पुत्र जन्माला आला तर....'

'...परंतु त्यासाठी महर्षी विश्रवांनी पत्नी म्हणून माझ्या केकसीचा स्वीकार केला पाहिजे. केकसीला विश्रवांसारखा पती मिळाला तर... तर तिच्या पोटीही वैश्रवणासारखाच तेजस्वी पुत्र जन्माला येईल!

'... आणि असा तेजस्वी दोहित्र आपल्याला लाभला, तर कोणी सांगावे, हातून गेलेले लंकेचे आधिपत्य पुनश्च एकदा आपल्या हाती लागेलही! समजा, पुन्हा एकदा लंकेचा अधिपती होण्याचे भाग्य आपल्या भाळी नसेल, आपल्या नातवाला ते भाग्य लाभणार असेल, तरी आनंदाचा धनी हा सुमाली होणारच!'

सुमालीच्या मनात अनामिक आनंदाच्या लहरी उठत होत्या.

सुमालीने साक्षात विश्वकर्म्याकडून लंकानगरीची निर्मिती करवली होती. सुमालीचे पुत्र लंकेचे उत्तराधिकारी न ठरले, तर न ठरोत, पण निदान ते भाग्य नातवाला मिळाले, तर त्यातही सुमालीला तेवढाच संतोष होणार होता!

रात्रभर सुमालीच्या मनात विचारचक्र सुरूच होते. त्याने विश्रवाला प्रत्यक्ष पाहिलेही नव्हते. फार काय, ह्या प्रदीर्घ अज्ञातवासात त्याने विश्रवांचे नावही ऐकले नव्हते आणि तरीसुद्धा त्याला विश्रवाखेरीज दुसरा कोणीच वर केकसीसाठी योग्य वाटत नव्हता. विश्रवा किंवा केकसी ह्यांपैकी कोणाचा एखादा विशिष्ट पैलू त्याप्रमाणे होता असेही नाही. होता एकमेव उद्देश – वैश्रवणासारखा पुत्र प्राप्त करून त्याच्याकरवी लंकानगरीवर विजय मिळवण्याचा!

दुसऱ्या दिवशी प्रात:काळी सूर्यकिरणे पृथ्वीवर पसरतात न पसरतात आणि विश्रवांच्या आश्रमातून वेदोच्चारांचा घोष शमतो न शमतो, तोच सुमाली विश्रवांसमोर हजर झाला.

''वंदन करतो महर्षी!'' त्याने विश्रवांना नम्रपणे प्रणाम केला.

''अतिथीचे स्वागत असो!''

जवळच उभ्या असलेल्या आपल्या शिष्याला विश्रवांनी अतिथीचा यथायोग्य

आसन-सत्कार करण्याची आज्ञा केली. आसन, जलपात्र, पुष्पादी देऊन आणि कुंकमतिलक लावून सुमालीचे स्वागत केले. आसन ग्रहण करून सुमाली म्हणाला, ''ऋषिवर राक्षसराज सुकेश आणि गंधर्वकन्या देववती ह्यांचा पुत्र, मी सुमाली.''

''कल्याणमस्तु वत्स!'' ऋषी उद्गारले. ''आश्रमात येण्यामागचे प्रयोजन कळेल काय?''

''माझी कन्या केकसी हिच्यासाठी मी योग्य वराच्या शोधात आहे महर्षि!''

''आपल्या कन्येस लवकरच योग्य वर लाभो!''

''महर्षि, हा आशीर्वाद साकार करणे आपल्याच हाती आहे.''

''म्हणजे?''

''म्हणजे असे की, माझ्या रूपवती, गुणवती, यौवनसंपन्न कन्येसाठी माझ्या दृष्टीने, सर्वस्वी योग्य वर आपण स्वतःच आहात. आपल्यापेक्षा अधिक योग्य वर माझ्या मते दुसरा कोणीच नाही. आपण स्वतःच माझा कन्येचे पाणिग्रहण करावे अशी माझी प्रार्थना आहे.''

विश्रवांचा तेजःपुंज देह ताठरला. डोळ्यांत वेगळीच चमक आली. छातीवर रुळणाऱ्या यज्ञोपवीतावरून हलकेच हात फिरवत ते म्हणाले, ''सुमाली, गृहस्थाश्रमातून मी आता हळूहळू निवृत्त होण्याच्या मार्गावर आहे. माझा पुत्र वैश्रवण तारुण्याच्या उंबरठ्यावर आहे. माझी पत्नी देववर्णिनी हिच्यावर मी पूर्णपणे संतुष्ट आहे. हे सगळे पाहता तुमचा प्रस्ताव मी स्वीकारू शकत नाही.''

''आर्य परंपरेला ह्यातील काहीच निषिद्ध नाही महर्षि! आपण माझा प्रस्ताव स्वीकारलात, तर माझ्या कन्येकडून आपल्याला ह्याहूनही अधिक संतोष प्राप्त होईल आणि आपली सेवा करण्याचा अधिकार मिळाल्याने माझी कन्याही धन्य होईल!''

''राक्षसराज, तुमच्या ह्या सद्भावाबद्दल मी अनुग्रहित आहे, पण ह्या प्रस्तावाबद्दल मी जे म्हटले त्याहून विशेष अधिक काही सांगण्यासारखे नाही.''

सुमाली अगदी हताश झाला. अज्ञातवासाच्या काळात उपेक्षिताचे जिणे त्याच्या वाट्याला आले होते. उपेक्षा वागवतच तो इतकी वर्षे काळ कंठत आला होता. आता ह्या ऋषींनी त्याचा प्रस्ताव नाकारला होता. ऋषींच्या नकाराने त्याच्या अंतरात अपमानाची ज्वाळा भडकली. ऋषीऐवजी अन्य कोणी असता, तर प्रत्यक्ष त्याच्यासमोरच सुमालीच्या तोंडून तुच्छतादर्शक हुंकार निसटला असता; परंतु ह्या वेळी मनातला रोष मनातच दडपून टाकण्याशिवाय दुसरा कोणताच पर्याय नव्हता. लंका पुन्हा प्राप्त करून घेण्याचे स्वप्न सिद्ध करायचे असेल, तर हा एकच मार्ग त्याच्याजवळ उरला होता. आपण एक वधुपिता आहोत ह्याची त्याला जाणीव झाली. धगधगता आत्मसन्मान आणि जागृत स्वाभिमान सतत मनात बाळगत जगणाऱ्या पुरुषाला

वधुपित्याची भूमिका पार पाडणे किती कठीण असते, हे त्याला जाणवले. ह्या अवघड समस्येवर तोडगा शोधण्यासाठी उतावळेपणा न करता शांतपणे काही वेगळाच मार्ग हाताळण्याचा सुमालीने निर्धार केला.

लंका पुन्हा हस्तगत करण्याच्या विचाराचा भुंगा त्याचे मन सतत पोखरत होता. त्याच्या मनाला स्वस्थता मुळीच नव्हती. विश्रवा ऋषींच्या तेजस्वीपणाचा अनुभव आल्यानंतर आपल्याला वैश्रवणासारखा नातू असावा ही त्याची इच्छा अधिकच उफाळून आली. विश्रवांना प्रणाम करून सुमालीने त्यांचा तात्पुरता निरोप घेतला. आपली योजना तडीस नेण्यासाठी त्याची विचारचक्रे वेगाने फिरू लागली.

आर्य-परंपरेला पूर्णतया संमत असलेला एक नियम सुमालीला माहीत होता – एखाद्या ऋतुमती स्त्रीने गर्भधारणेच्या इच्छेने एखाद्या पुरुषाला विनंती केली, तर त्या पुरुषाने ती विनंती मान्य केली पाहिजे असा नियम होता. तत्कालीन आर्य-परंपरेने स्त्री-दाक्षिण्याच्या किंवा सौजन्याच्या नावाने 'धर्म' म्हणून हा नियम स्वीकारला होता, हेही त्याला माहीत होते. ह्या परंपरेचा फायदा करून घेण्याचे सुमालीने पक्के ठरवले.

केकसीला घेऊन सुमाली पुन्हा एकदा विश्रवा ऋषींच्या आश्रमापाशी येऊन पोहोचला. ह्या वेळी तो आश्रमापासून दूर उभा राहिला. आपल्या मनात सतत घोळत असलेली गोष्ट त्याने केकसीला स्पष्टपणे समजावून सांगितली होती. सुमालीची समग्र योजना केकसीच्या नीट ध्यानी आली होती. योजनेला अनुकूल अशाच अवस्थेत ती होती.

विश्रवा ऋषी यज्ञशाळेत संध्या-आहुती देण्याच्या तयारीत होते. गोशाळेत परतणाऱ्या गोधनाची योग्य व्यवस्था लावण्यात शिष्यगण गुंतला होता. सूर्य अस्ताचलाला गेला होता. पक्षी आपापल्या घरट्यात विसावले होते. सांजावल्यामुळे वृक्षांच्या सावल्याही दिसेनाशा झाल्या होत्या. विश्रवा यज्ञवेदीपाशी मंत्रोच्चारांसहित आहुती देण्यात गुंतले होते. अचानक यज्ञशाळेत प्रवेश करणारी केकसी त्यांच्या नजरेस पडली. एक अनोळखी मुलगी यज्ञशाळेत अवचितच येऊन उभी राहिलेली पाहून क्षणभर त्यांचा हात थबकला; परंतु त्यांनी मंत्रपठणात खंड पडू दिला नाही. केकसी यज्ञवेदीनजीक येऊन थांबली. विश्रवांना नवल वाटले, तरी किंचितही विचलित न होता ते यज्ञवेदीचे सांध्यपूजन करत राहिले. त्यांच्या त्या पूजेत तिच्या उपस्थितीमुळे काही अडचण येणार नाही इतपत काळजी घेत ती नम्रपणे तेथेच थांबली.

पूजा आटोपल्यावर केकसीकडे वळून ऋषींनी विचारले, ''हे बाले, तू कोण आहेस? आणि इतक्या सायंकाळी येथे का आली आहेस?''

दोन पावले पुढे येत केकसीने ऋषींच्या चरणांशी वाकून प्रणाम केला. जरासे

लाजल्यासारखे करून ती म्हणाली, ''ऋषिवर, मनात एक कामना घेऊनच मी आपल्यापाशी आले आहे. ती माझी मनोकामना आपण पूर्ण करावी, एवढीच माझी आपल्याला प्रार्थना आहे.''

''धर्म्य असेल, तर तुझी कोणतीही कामना पूर्ण करण्याचा मी अवश्य प्रयत्न करेन.''

''माझी कामना धर्म्यच आहे महर्षि!'' केकसी चटकन म्हणाली. ''एवढेच नव्हे, तर तुम्ही ती खचितच पूर्ण करू शकाल ह्या विश्वासानेच मी येथे आले आहे.''

''ठीक आहे, हे सुंदरी, तुझी जी काय इच्छा असेल, ती तू नि:संकोचपणे सांगून टाक.''

केकसीने पुन्हा एकदा लाजण्याचा अभिनय केला. मान खाली घालत, नजर भुईला खिळवत ती म्हणाली, ''हे महात्मन्, सध्या माझा ऋतुकाळ व्यतीत होत आहे आणि... मला आपणापासून पुत्रप्राप्तीची अपेक्षा आहे. मी कुमारी अवस्थेतच आहे. अद्याप विवाह केलेला नाही.''

विश्रवा आश्चर्यचकित झाले. त्यांच्या चेहऱ्यावर नवल दाटून आले. किंचित काळ ते विचारात बुडून गेले. त्यांनी डोळे मिटून घेतले.

''ऋषिवर,'' केकसी उद्गारली. ''पुत्रप्राप्ती व्हावी ही अपेक्षा मी धर्मानुसारच राखते आहे. त्यासाठीचा अनुकूल काळ व्यर्थ न जावो अशी माझी विनंती आहे.''

ऋतुमती स्त्रीने अशी विनंती केली असता त्या वेळी कोणत्या भावनेने प्रतिसाद द्यावा, ह्याबद्दलच्या आर्यपरंपरेला तत्कालीन धर्माने स्वीकृती दिली होती. तत्कालीन समाजाने धर्मसंमत मानलेली ती आर्यपरंपरा ऋषींना पूर्णपणे परिचित होती. आत्ता ह्या नवतरुणीची विनंती स्वीकारणे हाही त्या धर्माचाच एक भाग होता; परंतु त्या धर्माचरणाआधी पाणिग्रहण करणे अनिवार्य होते. विश्रवांनी क्षणात निर्णय घेतला. ते म्हणाले, ''हे भद्रे, आत्ता ह्या क्षणी प्रकाश आणि अंधकार ह्यांचा संधिकाल आहे. माणसाच्या जीवनातही प्रकाश आणि अंधकार दोन्ही सामावलेले असतात. प्रात:कालीन आणि सायंकालीन संधिकाल ह्या दोन क्षणी आपल्या अंतरात वसत असलेली ही दोन्ही तत्त्वे पळभर त्यागून माणसाने विमुक्त झाले पाहिजे. केवळ ह्या दोन क्षणीच आपल्या अंतरात्म्याला चराचरापासून मुक्त करून माणूस ब्रह्माच्या सन्निध जाऊ शकतो.''

अत्यंत शांतपणे एकचित्त होऊन केकसी विश्रवांचे बोलणे ऐकत होती.

''परंतु हे कल्याणी, तू ह्या पवित्र क्षणी आत्म्याच्या मुक्तीऐवजी शारीरिक कामनेद्वारा ऐहिक सिद्धी प्राप्त होण्याची इच्छा धरलीस,'' बोलता बोलता विश्रवा थांबले. केकसी त्यांच्या चेहऱ्याकडे दृष्टी रोखून पाहत होती. ''तेव्हा'' ऋषी पुढे

म्हणाले, ''तुझी इच्छा पूर्ण तर होईलच; परंतु संधिकालाच्या ह्या पवित्र वेळी तू अशी दूषित कामना व्यक्त केलीस, त्यामुळे तुला होणारा पुत्र अनेक सिद्धी प्राप्त करूनही दैवी संस्पर्शापासून वंचितच राहील. कोणतीही सिद्धी शेवटी काळाशी निगडीत अशीच असते भद्रे!''

विश्रवा बोलत होते. त्यांनी आपला स्वीकार केला आहे, एवढे तिला त्यांच्या शब्दांतून कळून चुकले होते. तिच्या दृष्टीने ही फार मोठी गोष्ट होती. परम सिद्धी होती!

...आणि यथावकाश ब्राह्मण तपस्वी ऋषी विश्रवा आणि राक्षसराज सुमालीची कन्या केकसी ह्यांच्या सहजीवनाचे प्रथम पुष्प पुत्ररूपाने अवतरले. पुत्रजन्माच्या सहाव्या दिवशी त्याचे नामकरण करण्याचे ठरले. नामकरण संस्काराचा विधी स्वत: विश्रवा करणार होते. मुलाचे नाव काय ठेवावे हे मात्र अद्याप ठरायचे होते. शुभ मुहूर्तावर नामकरण संस्कार पार पडावा ह्यासाठी सर्वत्र लगबग चालली होती.

नेमक्या त्याच वेळी आश्रमात अनपेक्षितपणे पाहुण्यांचे आगमन झाले. राजा चित्रकेतूंच्या महाराणी चित्रादेवी आपल्या दासदासी आणि सैनिकांसह अरण्यातून जात होत्या. त्यांच्या वाटेवरच महर्षि विश्रवांचा आश्रम असल्याचे त्यांना कळले. आश्रमात जाऊन महर्षींचे दर्शन घ्यावे, त्यांचे आशीर्वाद प्राप्त करावेत आणि त्यांच्या चरणी काहीतरी यथोचित भेट अर्पण करावी अशी इच्छा त्यांच्या मनात जागृत झाली. आपल्या लवाजम्यासह त्या आश्रमाकडे निघाल्या.

आश्रमात प्रवेश करताच नवजात शिशूच्या नामकरण संस्काराच्या तयारीसाठी चाललेली लगबग पाहून त्यांना अत्यानंद झाला. महर्षी विश्रवांनी त्यांचे यथायोग्य स्वागत केले. त्यांच्या सेवकांची नीट व्यवस्था लावली. जरा स्थिरस्थावर झाल्यावर महाराणींनी आपल्या आनंदाला शब्दरूप देत म्हटले, ''ऋषिवर, आपल्या पुत्राच्या नामकरण विधीच्या वेळी आमच्या आगमनाचा योग जुळून आला, हे आमचे भाग्यच म्हणायचे. बाळाचे मुखदर्शन करावे आणि या शुभ योगाच्या निमित्ताने ह्या प्रसंगाला अनुरूप असा एखादा उपहार अर्पण करावा, अशी आमची इच्छा आहे. नवजात शिशूच्या मातेला भेटण्याची अनुज्ञा असावी.''

पलीकडे एका कुटीत केकसी आपल्या तान्ह्या बाळासह विश्राम करत होती. दोन आश्रमकन्यांच्या सोबतीने महाराणी तेथे पोहोचल्या.

बाळाला पाहून महाराणी चित्रादेवींना अतिशय संतोष झाला. बाळाच्या मुखदर्शनाचा शकुन म्हणून त्यांनी आपल्या गळ्यातला नवरत्नजडित हार त्या लहानग्याच्या कंठात घातला. हारात जडलेली नऊ प्रकारची नऊ रत्ने वेगवेगळ्या रंगांची होती. इंद्रनील, पुष्कराज इत्यादी अति मौल्यवान रत्नांमुळे त्या हाराची शोभा वाढली

होती. बाळाच्या कंठात हार घातल्याक्षणीच त्या रत्नांची प्रभा त्याच्या चेहऱ्यावर फाकली गेली. लखलखणाऱ्या त्या प्रत्येक रत्नामध्ये बाळाच्या चेहऱ्याचे प्रतिबिंब दिसू लागले. बाळाची जणू एका ऐवजी दहा मुखे असावीत, असा रमणीय संभ्रम निर्माण झाला. नऊ प्रतिबिंबांच्या मध्यभागी त्याचा स्वत:चा मोहक दहावा चेहरा असावा असे भासत होते.

"माते," चित्रादेवींनी केकसीकडे वळून विचारले, "बाळाचे नाव काय ठेवायचे हे आपण निश्चित केलेच असेल, नाही का?"

नामकरणाचा मुहूर्त जवळ येऊन ठेपला होता. केकसीला बाळासाठी अनेक नावे सुचत होती, पुष्कळ पर्याय मनात येत होते; परंतु अंतिम निर्णय होत नव्हता. शिवाय विश्रवांनी आपल्या पुत्रासाठी एखादे नाव योजून ठेवले होते की कसे, हेसुद्धा अजून तिला कळले नव्हते.

"देवी, बाळाचे नाव ठेवण्याबद्दलचा अंतिम निर्णय त्याच्या पित्याच्या हाती आहे. तेच काय ते ठरवतील."

विश्रवांच्या निर्णयाची महाराणींना फार काळ प्रतीक्षा करावी लागली नाही. नामकरणाचा मुहूर्त चुकू नये म्हणून स्वत: विश्रवा कुटीच्या दाराशी येऊन पोहोचले होते. केकसीचे आणि महाराणींचे बोलणे त्यांनी ऐकले होते. अचानक त्यांचे लक्ष शांतपणे झोपलेल्या बाळाकडे गेले. नऊ प्रतिबिंबाच्या मधोमध उठून दिसणारा गोंडस चेहरा अतिशय सुंदर दिसत होता.

विश्रवांना आत येण्यासाठी वाट करून देत महाराणी किंचित बाजूला सरकल्या. हसऱ्या चेहऱ्याने ते म्हणाले, "महर्षी, आपला पुत्र एकच नसून दहा जणांच्या तोडीचा आहे, असे दृश्य दिसते आहे. किती छान वाटते बघायला!"

विश्रवा बघत राहिले. विचारात मग्न झाले. राणी म्हणत होत्या ते खरेच होते. शांतपणे पहुडलेल्या बाळाचे दहा चेहरे खरोखरच अतिशय आकर्षक वाटत होते.

"...तर मग दहा मुखांनी वेढलेल्या ह्या पुत्राला आपण दशानन का म्हणू नये? त्याचे नावच आपण दशानन ठेवू!"

"सुंदर! फारच छान!" मोठ्या उत्साहाने चित्रा देवींनी विश्रवांच्या म्हणण्याला दुजोरा दिला. "जगातली सगळी बाळे एकमुखी असतात. महर्षी, आपला हा पुत्र दशमुखी झाला आहे. त्याला दशाननाइतके समर्पक दुसरे नाव असून शकणार नाही."

केकसीने समाधानाने डोळे मिटून घेतले. तिच्या चेहऱ्यावर संतोष विलसत होता. तिचा हात बाळाच्या मस्तकावरून हलकेच फिरू लागला.

शैशवाचा उंबरठा ओलांडून दशाननाने किशोरावस्थेत प्रवेश केला. त्याच्या विद्याध्ययनाची जबाबदारी स्वत: त्याचे पिता विश्रवांनी घेतली होती. त्यांच्याकडेच दशाननाचे अध्ययन सुरू होते. वेदपठण, त्यातून प्रगट होणारे गूढार्थ, वैदिक यज्ञविधींच्या प्रथा-पद्धती, छंद, ज्योतिष, व्याकरण इत्यादी विषय विश्रवा त्याला शिकवत. दशाननाचे अध्ययन आपल्या पित्यापाशी होत होते, त्याच काळात विश्रवांची ज्येष्ठ पत्नी देववर्णिनी हिचा पुत्र वैश्रवण पितामह पुलस्तींकडे वेदाभ्यास करत होता. महर्षी पुलस्तींना दोन पुत्र होते. ज्येष्ठ अगस्ती आणि कनिष्ठ विश्रवा. पिता विश्रवांकडे वैश्रवणाचे प्रारंभीचे विद्याध्ययन पूर्ण झाल्यावर त्याला पुढील अध्ययनासाठी आपल्याकडे पाठवावे, असा त्याचे पितामह पुलस्तींनी फार पूर्वी, वैश्रवणाच्या जन्माच्या वेळीच आग्रह धरला होता. आपल्या पित्याच्या आज्ञेनुसार विश्रवांनी वैश्रवणाला दहाएक वर्षांपूर्वीच पुलस्तींच्या आश्रमात पाठवून दिले होते. पुलस्तींनी असा आग्रह धरण्यामागे एक कारण होते. वैश्रवणाची जन्मदात्री देववर्णिनी ही भरद्वाज ऋषींची कन्या होती. माता आणि पिता दोघांच्याही कुळांच्या उच्च संस्काराची ज्ञानपरंपरा घेऊन जन्मलेल्या विश्रवणाच्या अध्ययनावरून महर्षी पुलस्तींच्या ज्ञानाचा अखेरचा हात फिरावा आणि त्यानंतरच विश्रवांनी त्याच्या जीवनाचा भावी मार्ग आखावा, अशी भरद्वाजांची तीव्र इच्छा होती. विश्रवांचे ज्येष्ठ बंधू अगस्तींचा विवाह विदर्भ-राजकन्या लोपामुद्रा हिच्याशी झाला होता. त्यांना दोन पुत्र होते. दोघांनाही ऋषिकुलांमध्ये मोठा मान होता. केकसीला आणि लहानग्या दशाननाला अधूनमधून ह्या सगळ्या महनीय व्यक्तींमध्ये मिसळण्याची संधी मिळत होती.

पितामह पुलस्तींकडे आपले शिक्षण संपवून वैश्रवण परतला, तेव्हा त्याचा तेजस्वीपणा चहू अंगांनी फुलून आला होता. सर्वांगावर यौवनकांती खुलली होती. तप, ज्ञान आणि संयमाच्या तेजाने तिला अपूर्व झळाळी आली होती. वैश्रवणाला पाहून आपला पुत्रही त्याच्यासारखाच समर्थ आणि प्रतिभाशाली व्हावा, अशी

भावना साहाजिकच केकसीच्या मनात उत्पन्न झाली.

"स्वामी," आपल्या अंतःकरणातली भावना विश्रवांपाशी व्यक्त करत ती नम्रपणे म्हणाली, "आपल्या दशाननालाही पितामह पुलस्तींकडे शिक्षण घेण्याची संधी मिळाली, तर तोसुद्धा अत्यंत समर्थ आणि तेजस्वी युवक होईल. पुत्र वैश्रवणाप्रमाणेच दशाननही सर्वगुण संपन्न...."

विश्रवा काहीच बोलले नाहीत. जवळच उभ्या असलेल्या दशाननाने मातेकडे पाहिले. मग पित्याच्या चेहऱ्यावर त्याची दृष्टी खिळून राहिली. पित्याच्या मुखातून निघणारे शब्द ऐकण्यासाठी तो आतुर झाला.

"आपण काहीच बोलत नाही आर्यपुत्र!"

"तुझी आकांक्षा मला कळते केकसी."

"मग ती प्रत्याक्षात आणायला काही अडचण आहे का?"

"आहे. अडचण आहे." एक एक शब्द सावकाश उच्चारत विश्रवा म्हणाले, "दशाननाला पिता पुलस्तींकडे राहून शिक्षण घेता येणार नाही."

"पण का?" दशाननाने अधीरतेने मध्येच विचारले.

"त्याचे कारण यथावकाश तुला समजेल पुत्रा!" पित्याने पुत्राच्या मस्तकावर हात ठेवला. "ह्या क्षणी मी ते सांगितले तरी तुला ते कळणार नाही."

"का कळणार नाही पिताजी?" दशाननाच्या स्वरात त्याच्या वयाच्या मानाने अधिक समज आणि दृढता प्रगट होत होती.

"मीसुद्धा आपलाच पुत्र आहे आणि मीही प्रारंभीचे विद्याध्ययन आपल्यापाशीच केले आहे."

"खरे आहे दशानन म्हणतो ते! ज्येष्ठ माता देववर्णिनीचा पुत्र वैश्रवण पितामह पुलस्तींकडे वेदाभ्यास करू शकतो, तर मग कनिष्ठ माता केकसीच्या दशाननाला पितामहांकडून तोच अधिकार का मिळू शकत नाही?" केकसीने आपले म्हणणे मांडले."

विश्रवा शांतपणे उभे राहिले. क्षणभर त्यांच्या मुद्रेवर काळजी उमटून गेली. दीर्घ श्वास घेत ते म्हणाले, "आपल्या ज्येष्ठ बंधूइतकीच क्षमता दशाननातही आहे ह्याची मला पूर्ण कल्पना आहे; परंतु...."

"परंतु काय?"

"परंतु... त्याच्या मार्गातील सर्वांत मोठी अडचण म्हणजे त्याच्या मातेचे कूळ!"

"म्हणजे?"

"म्हणजे असे की, आपल्याला, विशेषतः तुला आणि दशाननाला एक गोष्ट नेहमीच लक्षात घ्यावी लागेल की, तू राक्षसराज सुमालीची कन्या आहेस."

"त्याचा काय संबंध पिताजी?" आश्चर्यातिशयाने दशाननाने विचारले. "माझी माता राक्षसकन्या असली, तरी पिता तर ब्राह्मण कुळातल्या ऋषी परंरपरेतलेच आहेत ना?"

विश्रवांनी काहीच प्रतिवाद केला नाही. आपल्या पुत्राच्या पाठीवरून हात फिरवून ते मोजक्या शब्दांत म्हणाले, "ह्या विषयावर विवाद व्यर्थ आहे बाळा! प्राप्त परिस्थितीत समाधान मानावे एवढेच आपल्या हाती आहे. तुझा विद्याभ्यास मीच पूर्ण करीन. तू निश्चिंत राहा." दशाननाकडे न पाहता विश्रवा पाठ फिरवून निघून गेले.

दशाननाच्या मनात मात्र वादळ उठले. त्याच्या धमन्यांतून रक्त वेगाने वाहू लागले. श्वासोच्छ्वास जलद होऊ लागला. एव्हाना त्याला वयाच्या मानाने अधिकच समज आली होती. पिता विश्रवांच्या शब्दांतून त्याच्यापुढे उभ्या ठाकलेल्या समस्येचे गांभीर्य त्याच्या लक्षात आले. तो विचारांत पूर्णपणे बुडून गेला. त्याचे अध्ययन पूर्ववत विश्रवांकडे होत राहिले. आश्रम जीवनातील दैनंदिन कर्मे करण्यात त्याचा वेळ जाऊ लागला. पितृगृही आलेला वैश्रवण काही दिवसांनी आर्यावर्तातील अन्य आश्रमांच्या आणि तीर्थधामांच्या यात्रेसाठी निघून गेला. ही यात्रा म्हणजे त्याच्या शिक्षणाचाच एक भाग होता. ह्यापुढे त्याला वेगवेगळ्या ऋषींच्या संपर्कात, त्यांच्या सान्निध्यात राहून त्यांच्या जीवनक्रमाचे निरीक्षण करायचे होते. त्यानंतर आजोळी भरद्वाज ऋषींच्या आश्रमात राहायचे होते आणि सरतेशेवटी यक्षलोक, गंधर्वलोक आणि देवलोकाचाही परिचय करून घ्यायचा होता.

वैश्रवण निघून गेले, परंतु दशाननाला चैन पडेना. आपल्या मातेचे राक्षस कुल हेच आपल्यापुढील अभ्यासाच्या मार्गातले मोठे विघ्न आहे, असे आपल्या पित्याने म्हणावे, हे तो विसरू शकत नव्हता. राहून राहून त्या दिवसाची आठवण त्याच्या मनात उसळून येत होती. प्रश्नांचे काहूर माजले होते. 'कोणत्याही बाबतीत मी वैश्रवणाहून उणा नाही. केवळ मातेच्या कुळामुळे मी निम्न वर्णाचा ठरत असेन, तर मग ज्येष्ठ पिता अगस्तींचे पुत्र कसे काय ब्रह्मर्षी म्हणवले जातात? ज्येष्ठ माता लोपामुद्रा क्षत्रिय-कन्या आहे. एका क्षत्रिय-कन्येच्या पोटी जन्मलेल्या मुलांना पित्याचे ब्राह्मण-कुल मिळते, मग राक्षसकन्येच्या उदरी जन्म घेणाऱ्या मला पिता विश्रवांच्या ब्राह्मण कुळाचा लाभ का नाही? का नाही?'

विश्रवांकडून मिळत असलेल्या विद्येबद्दल दशाननाच्या मनात कोणत्याही प्रकारचा असंतोष नव्हता, असमाधान नव्हते. विश्रवा स्वत: प्रकांड पंडित होते; परंतु आता दशाननाच्या चित्तात वेगळ्याच विचाराने मूळ धरले होते. विद्याभ्यासापेक्षाही त्याच्यालेखी ही 'कुळा'बद्दलची भावना अधिक महत्त्वाची झाली होती.

आणि... त्याला थक्क करणारी गोष्ट एके दिवशी त्याच्या कानांवर पडली.

विश्रवांच्या आश्रमात अन्य ऋषिजनांची नेहमीच ये-जा असे. त्यांचे आतिथ्य करणे, त्यांना हवे-नको पाहणे इत्यादी कामे विश्रवांनी दशाननावर सोपवली होती. आपले हे कर्तव्य दशानन मोठ्या निष्ठेने पार पाडत होता. अतिथींची कामे करत असताना त्यांच्यात होणारे संवादही तो मोठ्या आवडीने ऐकत असे. असेच एकदा एका ऋषींच्या तोंडून त्याने देवराज इंद्राचे नाव ऐकले. ह्या आधीही त्याने इंद्राबद्दल थोडोफार ऐकले होते. इंद्र देवलोकीचा राजा होता आणि अमरावती नावाच्या नगरीत तो राहत होता, ह्यापलीकडे त्याला अधिक काहीच माहीत नव्हते. वेद-पठणाच्या वेळीही कधीतरी इंद्राच्या नावाचा उल्लेख येई. अशा वेळी विश्रवा त्याला इंद्राच्या पराक्रमाचे वर्णन ऐकवत. इंद्राने वृत्राला पराजित केले, आपल्या वज्राने त्याने पर्वतही तोडले, खिळून राहिलेले जलप्रवाह सप्तसिंधूमध्ये वाहते केले... अशा अनेक कहाण्या दशाननाने पित्याच्या तोंडून ऐकल्या होत्या. आपल्या पराक्रमाने इंद्राने शत्रूची नव्याण्णव नगरे उद्ध्वस्त करून टाकल्यामुळे त्याला पुरंदर असे नाव मिळाल्याचेही त्याला माहीत होते. इंद्रपराक्रमाच्या गाथा ऐकून दशानन खूपच प्रभावित झाला होता.

...परंतु त्या दिवशी अतिथींच्या संवादातून त्याला जे कळले त्यामुळे त्याचे कान टवकारले गेले; चित्त ठिकाणावर राहिले नाही.

देवराज इंद्र आणि राक्षसराज पुलोम एकमेकांचे पक्के शत्रू होते. देवांचे नेतृत्व इंद्राकडे होते, तसेच सर्व राक्षस गणही पुलोमाच्या नेतृत्वाखाली एकत्र येऊन देवांशी निकराने लढत होते. दोन्ही कुळांतला संघर्ष दीर्घ काळापर्यंत सुरू होता; पण ह्या अनिर्णित लढ्याचा अखेर निर्णय लागला. देवराजाच्या वज्रप्रहारांनी अंती पुलोम पराजित झाला. पुलोमकन्या शची अतिशय सुंदर, विदुषी युवती होती. तिच्या रूपगुणसंपन्नतेची कीर्ती इंद्रापर्यंत पोहोचली होती. इंद्राच्या मनात शचीबद्दल आकर्षण निर्माण झाले होते. युद्धात पुलोमाचा पराजय झाल्यावर युद्ध-दंड म्हणून इंद्राने शचीची मागणी केली. पुलोमाच्या दृष्टीने ही मागणी म्हणजे दंड नसून आयती चालून आलेली उत्तम संधी होती. आपल्या कुळाच्या रक्तबीजाला, राक्षस-कुळाच्या अंशाला देवलोकात स्थान मिळाले असते, तर देवांशी असलेला पुरातन संघर्ष कायमचा संपण्याची शक्यता होती. शिवाय, एरवीही इंद्राची मागणी स्वीकारण्याखेरीज अन्य पर्याय नव्हताच! पुलोमाने आपल्या कन्येचा हात देवराज इंद्राच्या हाती दिला.

इंद्र आणि शची ह्यांना पुत्र जयंत आणि पुत्री जयिनी अशी दोन अपत्ये झाली; आणि पाहुण्या ऋषींच्या संवादातून आज अचानक एक माहिती दशाननाला सामोरी आली. त्याला कळले की, शचीच्या ह्या दोन्ही अपत्यांना पित्याचे 'देवत्व' लाभले होते. ह्या दोघा बहीणभावांचा राक्षस-संतान म्हणून नव्हे, तर 'देव-संतान' म्हणून सर्वत्र स्वीकार झाला होता!!

इंद्रपत्नी शची राक्षसराज पुलोमाची कन्या. तिच्या पोटी जन्मलेले जयंत आणि जयिनी मातृकुलाकडून नव्हे, तर पितृकुलाकडून ओळखले जात होते. 'त्यांना 'देवत्व' मिळते, मग... मग मला पित्याचे 'ब्रह्मत्व' का मिळू नये? का? इंद्रपत्नी शची आपल्या पित्याच्या कुळानेच ओळखली जाते आणि तरीही मोठ्या अभिमानाने आपल्या अपत्यांना आपल्या पतीचे कुळ देऊ शकते, तर मग माझी माता मात्र तसे का करू शकत नाही?' पाहुण्या आलेल्या ह्या ऋषींनी शचीला इंद्राणी म्हटले नव्हते. अगदी गौरवून 'शची पौलोमी' असाच तिचा उल्लेख केला होता.

पौलोमी! पुलोमाची कन्या पौलोमी! पुलोम-कन्या असूनही ती इंद्राणी होती. तिच्या मुलांना देवत्व मिळाले होते.

'मग माझ्याच बाबतीत एवढा भेदभाव का? दशाननाच्या मनात पुनश्च एकदा प्रश्नांची मालिका तयार झाली.' त्याला राहवले नाही. अतिथींना निरोप दिल्यानंतर आपल्या मनात सतत घोळत राहणारा प्रश्न शेवटी त्याने पित्याला विचारूनच टाकला.

"क्षमा करा पिताजी! इंद्रपत्नी शची राक्षसराज पुलोमाची कन्या असूनही तिच्या मुलांचे 'देवपुत्र' म्हणून सर्वत्र स्वागत होत असेल, तर माता केकसीच्या मुलाला ब्रह्मत्वाच्या अधिकारापासून काय म्हणून वंचित केले जाते? पुलोम आणि सुमाली ह्यांच्यात असा कोणता फरक आहे पिताजी?"

विश्रवांना दशाननाचा हा प्रश्न अत्यंत अनपेक्षित होता. ह्या प्रश्नात दडलेली विशुद्ध तर्कसंगती समजण्यासारखीच होती. तरीसुद्धा आपल्या पुत्राची समजूत घातल्यासारखे ते उत्तरले, "अरे बाळा, पुलोमाची कन्या इंद्राने आपल्या विजयाचे प्रतीक म्हणून प्राप्त केली होती."

"म्हणजे?"

"पुलोमाला युद्धात पराजित करून इंद्राने आपल्या शत्रूच्या मुलीला आपली पत्नी बनवले होते. पुलोमालाही ते मान्य होते. त्या घटनेनंतर पुलोम आणि इंद्र ह्यांच्यातले शत्रुत्व संपुष्टात आले आणि सर्वत्र शांतता आणि स्थैर्य स्थापित झाले."

"ह्याचा अर्थ असा होतो पिताजी की, राक्षसराज सुमालीची कन्या केकसी आपल्याला आपल्या विजयाचे प्रतीक म्हणून प्राप्त झाली नव्हती. ती आपणहून, आपल्या प्राप्तीच्या इच्छेने आपल्या आश्रमाच्या दाराशी आली होती; आणि म्हणूनच, तिच्या ह्या दोषामुळेच तिच्या अपत्यांना म्हणजे आम्हाला ही शिक्षा मिळते आहे." दशाननाने स्वरात विनम्रपणा राखण्याचा कितीही प्रयत्न केला, तरी त्यात कडवटपणाची झाक उतरलीच.

"पुत्रा," विश्रवा म्हणाले, "जीवन अत्यंत जटिल असते. समाजाची रचनाच अशी असते की, तीत समर्थ जे ठरवतील तेच सर्वमान्य होते आणि तेच स्वीकृतही

होते. प्रत्येक वेळी तर्काचा मापदंड लावून सगळेच समजते, समजावता येते असे नाही.''

दशाननाने प्रतिवाद केला नाही. 'कोणतीही सिद्धी प्राप्त करण्यासाठी केवळ ज्ञान मिळवून पुरत नाही. त्यासाठी सामर्थ्य मिळवणे, समर्थ होणे अनिवार्य असते.' ह्याबद्दल त्याची खात्री पटली. 'ज्ञानमार्गाने जे मिळवता येत नाही ते सामर्थ्यमार्गाने पदरात पाडून घ्यावे लागते.' त्याने मनोमन खूणगाठ बांधून घेतली.

दशाननाच्या मनात ह्या वादळवाऱ्याचे थैमान सुरू असतानाच वैश्रवण आपली तीर्थयात्रा पूर्ण करून आश्रमात परतला. यात्रेच्या काळात तो अधिकच दीप्तिमान झाला होता. त्याच्या तेजाला ज्ञानाची धार होती आणि विनम्रपणाची किनारही!

''पिताश्री,'' एके दिवशी वैश्रवणाने म्हटले, ''आता यापुढे मी कोणत्या मार्गाने वाटचाल करावी, पुढे काय करावे ह्याबद्दल तुमच्याकडून मार्गदर्शन मिळावे, असे मला वाटते.''

''वत्सा, मातेकडून आणि पित्याकडून, दोन्ही कुळांतून तुला तपाचा, ज्ञानप्राप्तीचा अधिकार मिळालाच आहे. ह्या दोन्ही गोष्टी तू प्राप्त करून घेशील ह्यात काही शंका नाही.'' पितृ-सुलभ वात्सल्याने विश्रवा बोलत होते. ''परंतु वैश्रवणा, तुझ्या ठायीच्या ओजस्वीपणामुळे तुझ्याकडून आणखी काही विशेष अपेक्षा निर्माण झाल्या आहेत.''

''आज्ञा करावी पिताश्री! आपली काय इच्छा आहे? मी आपल्या स्वतंत्र जीवनाचा प्रारंभ कोठून करावा असे तुम्हला वाटते? एखादी विशिष्ट जागा, एखादा विवक्षित भूखंड आणि योग्य निवासस्थान मिळावे असे मला वाटते, जेथून मला स्वतंत्र आयुष्य सुरू करता येईल.''

पुत्राच्या म्हणण्यातील तथ्य विश्रवांच्या लक्षात आले. त्याने आत्तापर्यंत जे मिळवले होते, त्या मानाने आता ह्या आश्रमाच्या कक्षा त्याला अपुऱ्या पडणार होत्या. वैश्रवणाला आश्रमाच्या मर्यादित सीमेत बांधून ठेवणे इष्ट झाले नसते.

''पुत्रा, दक्षिणेकडे समुद्रतटानजीक जलराशीने वेढलेला त्रिकूट पर्वत सध्या निर्जन अवस्थेत ओसाड पडला आहे. ह्या त्रिकूट पर्वतावरच पूर्वी विश्वकर्म्याने लंका नगरी निर्माण केली होती. काळाच्या ओघात ही लंका उद्ध्वस्त होऊन आतातर अगदीच रिकामी पडली आहे. अपार संपत्तीने भरलेल्या त्या लंका नगरीतच तू निवास कर. उजाड झालेल्या त्या समृद्धीला तू नव्याने चैतन्य प्राप्त करून दे.''

''जशी तुमची आज्ञा!'' पित्याच्या चरणांना स्पर्श करत वैश्रवण उद्गारला.

ही वार्ता केकसीच्या कानी आली. धगधगत्या ज्वालामुखीतून तप्त लाव्हारस उफाळून यावा तशी तिच्या हृदयाची अवस्था झाली. 'लंका नगरी मुळी वसवली सुमालीने. साक्षात माझ्या पित्याने! माझ्या पित्याने निर्माण केलेल्या नगरीत नव्याने

वसती करण्याचा अधिकार जर कोणाला असेलच, तर तो माझ्या पुत्रांना असायला हवा. एकीकडे माझ्या पुत्रांचा आपल्या पित्याच्या ब्रह्मत्वावर अधिकार पोहोचू शकत नाही. मातेच्या राक्षस-कुलाद्वारेच ते ओळखले जातात. त्यांचा संबंध राक्षस-कुलांपुरताच. माझ्या दशाननाला पुलस्तींकडून विद्याग्रहणही करता येत नाही. का, तर त्याची माता राक्षस-कुलातली. मग त्याच राक्षस-मातेच्या कुळाच्या संपत्तीचा उपभोग घ्यायला मात्र दशाननाऐवजी वैश्रवण! हे कसे? पित्याने लंका नगरी देऊन टाकायचीच होती, तर दशाननाला द्यायची होती! राक्षसांच्या लंकानगरीचा अधिकारी वैश्रवण कसा?'

संतापातिरेकाने केकसीचे हृदय व्यापून टाकले; परंतु ह्या क्रोधाग्नीला प्रगट व्हायला मार्ग नव्हता. अंतरात भडकणाऱ्या अग्निज्वाला अंतरातच दडपून, कोंडून ठेवण्याखेरीज ती दुसरे काहीही करू शकत नव्हती. कारण... तिचा पिता सुमाली आता वृद्ध झाला होता. लंकेवर पुन्हा आधिपत्य मिळवण्याइतके सामर्थ्य आता त्याच्यापाशी उरले नव्हते!

देववर्णिनीच्या वैश्रवणाला राहायला विश्रवाने लंका नगरी परस्पर देऊन टाकल्याचे ऐकून सुमाली क्रोधाने लाल झाला. त्याच्या डोळ्यांत रक्त उतरले. वृद्ध गात्रे संतापाने थरथरू लागली. ह्या घोर अन्यायामुळे त्याची सहनशक्ती संपायला आली. 'लंका नगरी विश्रवा कोणाला देऊ कसा शकतो?' लंका सुमालीची होती. आपल्या स्वत:च्या त्या जागेवरून देवांनी त्याला अकारण हुसकून लावले होते. कोणत्याही प्रकारे ते न्याय्य ठरत नव्हते. अरण्यातल्या पशुंचा असावा तसा केवळ बाहुबळावर आधारलेला नियम जणू! असल्या 'पाशवी' नियमापुढे सुमालीचे काही चालले नव्हते. त्याचा पूर्ण पराजय झाला होता. म्हणून काय झाले? त्याचा पक्ष न्यायाचा होता हे सत्य, केवळ तो पराजित होता म्हणून नाकारता येत नव्हते. विजेते झालेले देव तेथे राहत नव्हते, हे सुमालीला माहीत होते. नगरीतल्या अमाप संपत्तीला जेत्यांनी स्पर्शही केला नव्हता. सगळे काही जसेच्या तसे अक्षत होते; परंतु एकदा निर्जन झालेली लंका सुमालीने पुन्हा वसवली असती, तर देवांनी निश्चितच पुन्हा तेथे आक्रमण केले असते. सामर्थ्यशाली देवांना प्रतिकार करून त्यांचा पाडाव करणे राक्षस-कुलाच्या आवाक्याबाहेरची गोष्ट होती. देवांची अशी आक्रमणे होतच राहिली असती आणि प्रत्येक वेळी राक्षसांचा संहार होत राहिला असता. राक्षस-कुलाचा असा अकारण संहार रोखण्यासाठीच सुमालीने अज्ञातवास पत्करला होता. अनुकूल संधीची वाट पाहत त्याने कितीतरी वर्षे अज्ञातवासात घालवली होती. आणि आता विश्रवाने सुमालीची लंका वैश्रवणाला देऊन टाकण्याचा बेत केला होता! 'भरद्वाजकन्या देववर्णिनीचा पुत्र वैश्रवण लंकेचा स्वामी बनून तेथे नि:शंकपणे वावरला तर देवांना चालते, मग सुमालीचा पुत्र प्रहस्त अथवा केकसीचा पुत्र दशानन त्या नगरीत राहिला तर ते का चालू नये?'

सुमालीचे विचारचक्र वेग घेत होते. वैश्रवण अत्यंत तेजस्वी, पराक्रमी, तपस्वी होता आणि प्रतिभावानही होता, हे सुमाली जाणून होता; परंतु आता

केकसीपुत्र दशाननानेही तारुण्याचा उंबरठा ओलांडला होता. त्याला केवळ शास्त्रांतच नव्हे, तर शस्त्रांतही उत्तम गती होती. शस्त्रविद्येत तो अत्यंत प्रवीण होता, ह्याबद्दल सुमालीला खात्री होती. शिवाय, त्याचे दोघे कनिष्ठ बंधू कुंभकर्ण आणि बिभीषण जणू त्याचे डावे-उजवे हातच असावेत तसे नित्य त्याच्या सोबत असत. कुंभकर्ण प्रचंड शक्तिशाली होता. त्याच्या शक्तिसामर्थ्याच्या कहाण्या सर्वत्र पसरल्या होत्या. खुद्द सुमालीपुत्र प्रहस्तही कमी सामर्थ्यवान नव्हता. तोही शस्त्रविद्येत अतिशय कुशल होता. सुमालीच्या परिवारात वेळोवेळी भर पडत गेली होती. लंका त्यागून इतरत्र काळ कंठणाऱ्या राक्षस-कुळाला आता धीर निघत नव्हता. वैश्रवणाला अनायासे लंकेचे स्वामित्व मिळाले नसते, तर कदाचित सुमाली इतका अधीर, उतावळा झाला नसता. आपल्या मुला-नातवंडांच्या तरुण, सळसळत्या रक्ताला बांध घालायचा त्याने प्रयत्न केला असता. अनुकूल संधीची त्याने आणखी काही काळ वाट पाहिली असती; पण आता त्याचा स्वत:चाच धीर सुटला होता. मान तुकवून असला घोर अन्याय सहन करण्यापेक्षा युद्धाचा मार्ग पत्करून मृत्यूला कवटाळणे सुमालीला अधिक श्रेयस्कर वाटू लागले होते. त्याने केकसीला निरोप पाठवला. भावंडांसह दशाननाला आपल्याकडे बोलावून घेतले.

"दशानना," लंकेपासून थोड्या अंतरावर, दोन पर्वतांच्या मधोमध जमलेल्या राक्षस-सभेमध्ये सुमाली बोलत होता. "नीट बघ ती लंकानगरी. हिरे, मोती, इंद्रनील इत्यादी अनेक प्रकारच्या रत्नांनी झळकणारी लंका तू पाहतोस ना?"

"होय मातामह."

"राक्षस-कुलांनी वसवली ती नगरी. मी स्वत: विश्वकर्म्याकडून करवून घेतली आहे." सुमालीची नजर अतीताचा वेध घेत होती.

"तो सर्व इतिहास मला ज्ञात आहे." दशानन उत्तरला.

"...आणि आता तीच नगरी हा वैश्रवण आपल्या आधिपत्याखाली आणू पाहत आहे." प्रत्येक शब्दावर भर देत सुमाली सावकाश बोलू लागला. "ती नगरी वैश्रवणाची कदापी होऊ शकत नाही. दशानना, ती वैश्रवणाची नाही; तुझी आहे, केवळ तुझी!"

"...परंतु मातामह," दशानन हळुवारपणे म्हणाला, "किती झाले, तरी वैश्रवण शेवटी माझा ज्येष्ठ भ्राताच आहे ना? त्याच्याबद्दल आपण असा विचार मनात आणणे उचित आहे का?"

दशाननाचा हा उद्गार ऐकून सुमाली हतबुद्ध झाला. ज्या आशेच्या बळावर त्याने हा सगळा इमला नव्याने उभा करण्याची उमेद बाळगली होती, त्या आशेच्या, त्या उमेदीच्या मुळावरच घाव बसला होता.

सर्वत्र विचित्र शांतता पसरली. काही काळ तसाच निघून गेला. 'लंका पुन्हा

हस्तगत करण्याच्या अभियानाचे नेतृत्व दशाननाने स्वीकारलेच नाही, तर पाऊल पुढे पडावे कसे?'

"महाबाहू दशानना," सुमालीपुत्र प्रहस्ताने संभाषणात प्रथमच भाग घेतला. "तुझ्या तोंडचे हे शब्द राक्षस-कुलाला साजेसे नाहीत रे! पराक्रमी वीर पुरुष अन्यायाचा नेहमी प्रतिकारच करतात. नात्यांच्या आड दडून अन्याय सहन करत नाहीत. खरेच का तुला अन्याय सहन करायचा आहे?"

"बरोबर आहे." प्रहस्ताच्या म्हणण्याला कुंभकर्णाने दुजोरा दिला.

"आपण सगळ्यांनी असे निरश्रितासारखे रानोमाळ भटकावे आणि आपल्याच मातामहांनी वसलेल्या नगरीचा उपभोग तिसऱ्याच कोणीतरी घ्यावा, ह्याचा अर्थ एकच होतो की, आपण सारे हतवीर्य झालो आहोत."

"षंढत्वाचा हा कलंक कपाळी घेऊनच जीवनयात्रा संपवणे माझ्या नशिबी असेल, तर तुम्हासारखे समर्थ पुत्र-पौत्र असले काय आणि नसले काय, सारखेच!" सुमालीच्या स्वरातला हताशपणा लपत नव्हता.

"ठीक आहे." शांत आणि दृढ आवाजात दशानन बोलू लागला. "लंकानगरी पुन्हा राक्षस-कुलाहाती येण्यासाठी जे जे काही करावे लागेल ते सगळे मी करेन."

राक्षस-युवकांत उत्साह संचारला. सुमालीचे डोळे आशेने चमकू लागले.

"परंतु युद्धासाठी रणशिंग फुंकण्याआधी मला ज्येष्ठ भ्राता विश्रवणाला एक निरोप पाठवायचा आहे." दशाननाने आपला बेत अतिशय विचारपूर्वक स्पष्ट केला. "प्रहस्ता, माझा प्रतिनिधी म्हणून तू लंकेत जा. तेथे जाऊन ज्येष्ठ भ्रात्याला माझा निरोप सांग. म्हणावे, ही नगरी राक्षसांची आहे. तीवर राक्षसांचाच हक्क आहे. तुम्ही अनधिकृतपणे तेथे येऊन राहावे हे न्याय्य नाही. राक्षस कुळांनी निरश्रित होऊन देशोधडीला लागावे आणि त्यांच्या नगरीचा उपभोग तुम्ही घ्यावा हे अनुचित आहे. असे असूनही आमच्या म्हणण्याकडे तुम्ही दुर्लक्ष केलेत किंवा योग्य तो प्रतिसाद दिला नाहीत, तर त्याच्या दुष्परिणामांचे उत्तरदायित्व तुमच्याच माथी असेल."

दशाननाचा संदेश वैश्रवणापर्यंत पोहोचला. उत्तरादाखल त्याने प्रहस्ताला सांगितले, "हे दूता, गेली कित्येक वर्षे ही लंकानगरी ओसाड पडली होती. राक्षसकुळे नगरी त्यागून निघून गेली होती. हा त्यजित, निर्जन, ओसाड भूखंड पिता विश्रवांनी माझ्या हाती सोपवला आहे. त्यामुळे नगरीवर आधिपत्य कोणाचे असावे हा प्रश्नच उरत नाही. मग त्याबद्दल कसले बोलणे आणि कसल्या वाटाघाटी? तरीसुद्धा दशाननाला आणि समग्र राक्षस परिवाराला येथे येऊन राहायचे असेल, तर मी स्वत: त्यांचे स्वागतच करेन. येथे जे जे काही माझे आहे, त्या सगळ्याचा उपभोग दशाननही घेऊ शकतो; पण एक गोष्ट निश्चित, वाटणी कशाचीही होणार नाही."

वैश्रवणाने इतक्या स्पष्टपणे आपले उत्तर प्रहस्ताकरवी पाठवून तर दिले; परंतु असे उत्तर म्हणजे साक्षात युद्धाला निमंत्रण देण्यासारखे होते, हे तो पूर्णपणे जाणून होता. एव्हाना दशानन, कुंभकर्ण, प्रहस्त इत्याइी राक्षस-युवक अत्यंत शक्तिशाली आणि समर्थ बनले होते, हेही त्याला ज्ञात होते. युद्ध झालेच असते, तर महाविनाश अटळ होता. शिवाय, महा संहारानंतरही विजय प्राप्त झालाच असता, ह्याची खात्री नव्हती, ह्या गोष्टीची वैश्रवणाला कल्पना होती. पिता विश्रवांचा सल्ला घेणे ह्या क्षणी फार महत्त्वाचे होते. वैश्रवणाने तेच केले.

आपल्या दोन पुत्रांमधील कलहाच्या वार्तेने विश्रवा विचारात पडले. त्यांच्यापाशी पुत्रकामनेच्या इच्छेने आलेल्या केकसीने ज्या वेळी आणि ज्या पद्धतीने आपली इच्छा व्यक्त केली होती, ते सर्व त्यांच्या डोळ्यांसमोर उभे राहिले.

दशानन, कुंभकर्ण आणि प्रहस्त तिघेही एकत्र आले असते आणि त्यांना सुमालीच्या मार्गदर्शनाची जोड मिळाली असती, तर निर्विघ्नपणे लंकेचे राज्य उपभोगणे वैश्रवणाला शक्य नव्हते. नाहीतरी लंकानगरी मुळात सुमालीनेच वसवली होती, हे सत्य कोणालाही नाकारता आले नसते. पुष्कळ वेळ विचार करून अखेर ते वैश्रवणाला म्हणाले, "पुत्रा, दशानन शास्त्रपारंगत आहे ह्यात वादच नाही; पण स्वभावत: तो क्रूरकर्मा आहे हेही तितकेच खरे! त्यात आता त्याला कुंभकर्णाची आणि प्रहस्ताची साथ मिळाली आहे. अशा परिस्थितीत तुम्ही दोघा भावांनी एकमकांचे रक्त सांडायला तयार व्हावे हे योग्य नव्हे."

"असे असेल तर पिताश्री, तुम्ही मला आज्ञा करावी. तुम्ही जे सांगाल तेच मी करेन. माझे ह्यापुढील वर्तनही तुमच्या अपेक्षेनुसारच असेल."

"वैश्रवणा, माझे ऐकशील तर लंका तू दशाननाला देऊन टाक. उत्तरेकडे देव, यक्ष गंधर्वादींची वसती असलेल्या हिमालय आणि मंदार पर्वताच्या मधल्या भागात तुझ्या परिवारासह जाऊन राहा. तुझी स्वत:ची स्वतंत्र नगरी तेथे निर्माण कर. पिता पुलस्तींकरवी मी देवराज इंद्राला संदेश पाठवतो. तुझ्यासाठी आवश्यक ते सर्व आयोजन इंद्र निश्चितच करेल."

"देवलोकात?"

"होय देवलोकात." विश्रवा खुलासा करू लागले. "देवांपाशी अपार संपत्ती आहे; परंतु ह्या संपत्तीची नीट देखभाल करू शकेल असा कुशल, कार्यक्षम पुरुष त्यांच्याकडे नाहीच. पिता पुलस्ती देवांच्या कोषाध्यक्षपदी तुझी नियुक्ती करवून देतील आणि देवलोकातच तुझ्यासाठी भव्य नगरीचे आयोजनही होईल."

लंका सोडून देवलोकात राहण्याच्या कल्पनेने वैश्रवण अतिशय रोमांचित झाला. लंका अत्यंत समृद्ध होती, त्रिकूट पर्वतावरील अत्यंत रमणीय स्थानावर होती हे खरे; परंतु देवलोकी स्वत:साठी स्वतंत्र नगरी मिळत असेल, शिवाय

देवांच्या कोषाध्यक्षपदाचा सन्मान तीसोबतच प्राप्त होत असेल तर... लंकेवर हक्क सांगण्याची दशाननाकडे झालेली दुर्बुद्धी आपल्याला आशीर्वादरूपच ठरली, असे वाटून वैश्रवण सुखावला.

वैश्रवण लंकेला परतला. दूताकरवी त्याने दशाननाकडे तत्काळ निरोप पाठवला. ''बंधो, मी लंकेत राहायला आलो होतो पित्याच्या आज्ञेवरून. आपल्या पित्याच्या इच्छेची अवज्ञा करून तू आपल्या भावा-भावातल्या युद्धालाच ठाकणार असशील, तर ते इष्ट नाही. त्यामुळे आता पित्याचीच आज्ञा शिरोधार्य मानून मी ह्या लंकानगरीचा त्याग करत आहे. माझे कुटुंब, माझा परिवार अमात्य गण, अनुचर, सर्वांसहित मी ही नगरी सोडून जात आहे. यापुढे तू तिचा यथेच्छ उपयोग घेऊ शकतोस.''

वैश्रवणाच्या दूताने जसाच्या तसा संदेश दशाननाला सांगितला. त्या वेळी तेथे उपस्थित असलेल्या राक्षस गणांनी आनंदित होऊन प्रचंड जयघोष केला. दशाननाच्या मुखावरही प्रसन्नता पसरली. सुमाली तर ते शब्द ऐकताच आपले वय विसरून आनंदाने नाचू लागला.

रिकाम्या झालेल्या लंकानगरीत यथा काळी राक्षसांनी प्रवेश केला. लंकाधिपती म्हणून सर्वांनी एकमताने दशाननाला राज्यभिषेक केला.

युद्धाच्या केवळ धमकीने वैश्रवण लंकेसारखी समृद्ध नगरी त्यागून निघून गेला. ह्या घटनेने दशाननाच्या मनातील विचार-चक्राला गती मिळाली. लंका त्याच्या मातामहांची होती. देवांनी विनाकारण त्यांना बळपूर्वक पदभ्रष्ट केले होते. इतक्या वर्षांनंतर पिता विश्रवांनी त्या निर्जन नगरीचे स्वामित्व दशाननाऐवजी वैश्रवणाला बहाल केले होते. दशाननाच्या शरीरातून त्यांचेच रक्त वाहत असूनही पित्याने वा पितामहांनी इतकी वर्षे त्याला आपला कुळाधिकार दिला नव्हता. राजकन्या लोपामुद्रेच्या मुलांना पिता अगस्तींच्या ब्राह्मण कुळाचा अधिकार मिळाला होता. पुलोम राक्षसाची पुत्री शची. तिच्या मुलांना देवराज इंद्राची मुले म्हणून देवत्व लाभले. मात्र एक केकसीच अशी की, जिच्या पुत्रांना त्यांच्या पिता विश्रवांचे ब्रह्मत्व देण्यात आले नव्हते. ते सदैव त्यांच्या मातृकुळामुळे राक्षसच ठरले. केकसी राक्षसकन्या होतीच आणि सुमालीही राक्षसराजच होता; पण त्यांच्या केवळ राक्षस असण्यामुळे ते कोणत्या बाबतीत उणे ठरत होते, हे दशाननाला उकलत नव्हते. इन्द्र जसा देवराज; पुलस्ती, अगस्ती जसे ब्रह्मर्षी; विदर्भराज कोसलराज जसे क्षत्रियवंशी तसेच अगदी तसेच, सुमाली, प्रहस्त किंवा इतर राक्षस गण राक्षस-कुलाचे होते. हा निव्वळ समाज-व्यवस्थेचा भाग होता. अशी व्यवस्था एका विशिष्ट हेतूने केलेली असते. त्यात उच्च-नीच, मोठा-लहान अशा भेदभावाचा शिरकाव होऊ दिला, तर तो व्यवस्थेचा नव्हे, तर व्यवस्थापकांचा घोर अपराध ठरतो.

...आणि हाच अपराध देवांनी केला होता, ब्रह्मर्षींनी केला होता आणि क्षत्रिय राजांनीही हाच अपराध केला होता. त्याच्या मुळाशी दुसरे-तिसरे काही कारण नव्हते; होते एकच – निव्वळ पाशवी बळ, केवळ शस्त्रबळ आणि त्यातून येणारे सामर्थ्य. फक्त पाशवी बळाच्या आणि शस्त्रसज्जतेमुळे येणाऱ्या सामर्थ्याच्या जोरावर व्यवस्था घडवता किंवा बिघडवता येत होती, अर्थ-अनर्थ घडवून आणता येत होते, तर आता ती शक्ती, ते सामर्थ्य, दशाननाने मिळवले होते. ''शक्तीच्या साध्या निसटत्या 'हुं'काराने वैश्रवणासारखा प्रतिभासंपन्न पुरुष शरण येत असेल, तर ज्या पोखरल्या गेलेल्या नीतिशून्य व्यवस्थेने हे वर्गभेद निर्माण केले त्या वर्गभेदांविरुद्ध आता मीही निव्वळ पाशवी बळाचाच वापर करेन. न्याय, नीती, धर्म केवळ शस्त्रबळानेच प्रस्थापित होणार असतील, तर मीही ह्या शस्त्रबळाच्याच आधारे मला हव्या असलेल्या, मी ठरवलेल्या माझ्या न्यायाची, माझ्या नीतीची आणि माझ्या धर्माची प्रतिष्ठापना करेन. मग त्यात वेळप्रसंगी अधर्माचे आचरण करावे लागले, अनीतिला, अन्यायाला उच्चासन द्यावे लागले, तर खुशाल लागो; तमा नाही. आता असले भ्रष्ट मापदंड प्रमाण मानणाऱ्या एकूण एकांना त्यांच्या भाषेत प्रत्युत्तर द्यायला मी मागेपुढे पाहणार नाही; नव्हे त्यासाठीच मी आता कटिबद्ध आहे.'' दशाननाचा निर्णय होऊन चुकला.

शक्तिनिष्ठ साम्राज्याचा विस्तार करण्यासाठी दशाननाने लंकानगरीत राक्षसी शक्ती उत्पन्न करायला आरंभ केला. आजवर राक्षस परिवारांनी स्वत:ला लंकेपुरतेच सीमित ठेवले होते. आता दशाननाने आर्यावर्ताच्या तळभूमीत प्रवेश करून राक्षसी सामर्थ्याचा साक्षात्कार घडवण्याचा निर्धार केला.

''राक्षसही वेदानुयायी होते. त्यांच्या शरीरातून आर्यांचेच रक्त वाहत होते. प्रात:काळी यज्ञवेदीत आहुती दिल्यानंतरच दिनचर्या आरंभ करण्याची वेदोक्त परंपरा राक्षसकुळेही पाळत होती. हिमालयात कैलास शिखरावर राहणारे भगवान शिव राक्षसांचे आराध्य दैवत होते. हे सगळे असेच असूनही देव-कुळे, यक्ष-कुळे, ब्राह्मण-कुळे सगळेच जर राक्षसांना आपले म्हणत नसतील, त्यांना बरोबरीने स्वीकारत नसतील तर – तर त्या अधर्माचे प्रत्युत्तर मीही अधर्मानेच देईन.''

दशाननाने एक कठोर निर्णय घेतला. आपल्या सर्वाधिक समर्थ साथीदारांना बोलावून त्याने आज्ञा केली, ''हे राक्षसांनो, ध्यान देऊन ऐका. ऐकायला धर्मशून्य वाटणारी, परंतु आपले अस्तित्व मान्य करवून घेण्यासाठी अनिवार्य अशी कामगिरी आता तुम्हा सर्वांना करायची आहे.''

''आज्ञा व्हावी दशानना!'' मस्तक झुकवून सर्व जण आतुरतेने ऐकू लागते.

''आपला कोणताही दोष नसताना, केवळ असमर्थ असल्याने आजवर आपण खूप काही सहन केले आहे.'' आपली योजना मांडत दशानन सांगू लागला.

"आपल्या सगळ्या अडचणींचे, आपल्यावर झालेल्या सगळ्या अन्यायांचे 'सामर्थ्य' हे एकच उत्तर असेल, तर आता आपण तसे 'समर्थ' झालो आहोत."

"होय महाराज."

"यज्ञ आपल्यालाही पवित्र वाटतात. यज्ञवेदीत आपण आहुती देतोच. वेदपठण आपला धर्म आहे आणि तरीसुद्धा... तरीसुद्धा यापुढे आपण स्वत: या धर्माचे रक्षण करत दुसऱ्यांचा धर्म मात्र भ्रष्ट करायचा आहे."

"म्हणजे?" गोंधळलेल्या राक्षस गणांनी प्रश्न केला. "तुमची आज्ञा अधिक स्पष्ट करून समजवा महाराज!"

"समग्र आर्यावर्तात जेथे कुठे यज्ञ होत असतील तेथे जाऊन आपल्या मायावी शक्तीच्या मदतीने तुम्ही ते यज्ञ भ्रष्ट करून टाकायचे, कलंकित करून टाकायचे, यज्ञवेदीवर रक्त-मांस-हाडे फेकून यज्ञात विघ्ने आणायची... अशा प्रकारची कामगिरी तुम्ही सर्वांनी करायची आहे."

"पण राक्षसराज..." राक्षस समूहातून चकित स्वर निघाले.

"मी तुम्हाला आरंभीच कल्पना दिली होती. हा अधर्म आहे, हे मला चांगले ठाऊक आहे; पण आपल्याशी झालेल्या अधर्माचरणाचा अधर्मानेच सामना केल्याविना गत्यंतर नाही. आपल्याला अधर्मानेच वागावे लागेल."

आश्चर्यचकित होऊन तो राक्षससमूह दशाननाचे बोलणे ऐकत होता. त्याच्या शब्दांमागे दडलेले सत्य सगळ्यांना स्पर्शून जावे असेच होते.

"जा!" दशाननाने अंतिम आदेश दिला. "यापुढे क्षणभराचाही विलंब करायचा नाही. त्रिकूट पर्वताच्या उत्तरेला भेट हिमालयापर्यंत जेथे कुठे, जे कोणी यज्ञ करत असतील, तेथे तेथे जाऊन तुम्ही एकूण एकांना 'त्राहि माम्' करून सोडा. जा. जा."

शक्ती आणि सामर्थ्य दोन्हीही उतारावरून वेगाने खळाळत वाहणाऱ्या जलराशीसारखेच असतात. त्यांच्या वेगावर नियंत्रण ठेवायचे, त्यांना मर्यादा घालायचे काम अत्यंत बिकट असते. वर्षानुवर्षे अवरुद्ध असलेली राक्षसांची शक्ती आर्यावर्तातील तपोवनांत, ऋषिकुलांत, जिकडेतिकडे एखाद्या वणव्यासारखी धुमाकूळ घालत मोकाट सुटली. दशानन रावणाची इच्छा होती तशीच ऋषिकुळांची 'त्राहि माम्' अवस्था झाली आणि त्यांची भयाकुल अवस्था पाहून आक्रमक राक्षसांच्या टोळ्या आनंदित होऊ लागल्या. कोसळत्या प्रपातासारख्या बेफाम विजयाने त्यांना उन्मत्त आणि विवेकशून्य करून सोडले. निर्धारित लक्ष्य गाठल्यानंतर विवेक राखणे अति कठीण असते. स्वत: निश्चित केलेली लक्ष्ये राक्षसांनी गाठली तर होती; परंतु विजयप्राप्तीच्या निसरड्या भूमीवर पाय रोवून स्थिर राहणे त्यांना अवघड जात होते. यज्ञवेदी भ्रष्ट करण्याच्या ठरवलेल्या मर्यादेपलीकडे जाऊन ते पराजित प्रदेशातून संपत्ती लुटू लागले. फार काय, पराजितांच्या तरुण, देखण्या स्त्रियांना भ्रष्ट करायला, त्यांचे अपहरण करून त्यांना आपली पत्नी बनवून आपल्या महाली आणून ठेवायलाही त्यांनी कमी केले नाही.

राक्षसराज लंकाधिपती रावणही ह्याला अपवाद नव्हता.

समुद्र ओलांडून, त्रिकूट पर्वताच्या पलीकडच्या राजांचा तो पराभव करत सुटला. एकामागून एक प्रदेश तो जिंकत गेला. पराजित राजांना आपले दास्य स्वीकारायला लावण्यात त्याला अधिकाधिक आनंद वाटू लागला. त्या आनंदयात्रेत कालांतराने स्त्रीलोलुपतेची भर पडत गेली.

अशातच एक अनपेक्षित घटना घडली.

केकसीची कन्या शूर्पणखा दशानन रावणाची सर्वांत धाकटी बहीण होती. लंकेत राहू लागल्यापासून ह्या सर्व बहीणभावांचा पिता विश्रवांशी प्रत्यक्ष संपर्क जवळजवळ संपलाच होता. शूर्पणखेसाठी राक्षस-कुलातच एखादा सुयोग्य वर

शोधणे आता ज्येष्ठ भ्राता म्हणून रावणाचे कर्तव्य होते. कालकेय नावाचा एक समर्थ आणि समृद्ध राक्षस होता. सुमाली वगैरे राक्षस पराभूत होऊन वनात लपूनछपून राहत होते, त्या वेळी हा कालकेय दक्षिण आर्यावर्तात स्वत:ची स्वतंत्र नगरी वसवून सुखाने राहत होता. ह्या कालकेयाच्या कुटुंबातील विद्युत्जिव्हा नावाचा तरुण खूप पराक्रमी होता. रावणाने शूर्पणखेसाठी ह्या तरुणाची निवड केली. विद्युत्जिव्हाशी शूर्पणखेचा विवाह झाला. एका शुभ मुहूर्तावर रावणाने आपल्या बहिणीची तिच्या पतिगृही पाठवणी केली. आपल्या घरी शूर्पणखा सुखा-समाधानाने कालक्रमणा करू लागली.

शक्तिप्रदर्शनाचा अहंकार नसानसांत भिनल्यागत रावणाची विजयी घोडदौड अखंड, अविरत सुरूच होती. अपवाद फक्त किष्किंधेचा! किष्किंधापती वानरराज वालीने रावणाच्या विजय-यात्रेत प्रथमच अडथळा आणला होता. वालीचा तेजस्वी पराक्रम आणि शौर्य मान्य करून रावणाने लगेच त्याच्याशी मैत्रीपूर्ण संबंध जोडून टाकले. हा त्याच्या राजनीतीचा भाग होता. दक्षिण आर्यावर्तातील किष्किंधेसारख्या समर्थ राज्याला मित्र म्हणून आपल्या बाजूला वळवून त्याने इतर प्रबळ राज्यांवर आपला विशेष प्रभाव टाकला होता.

अशाच एका विजय-यात्रेदरम्यान कालकेय कुळाच्या राक्षसांशी रावणाची गाठ पडली. रावणाच्या सैन्याशी त्यांचा संघर्ष सुरू झाला. खरे पाहता कालकेयाचे रावणाशी काहीच शत्रुत्व नव्हते. त्यांच्यातील एका तरुणाशी खुद्द रावणाने आपल्या धाकट्या बहिणीचा विवाह करून दिला होता. असे असूनही विजयोन्मादाच्या भरात रावणाने कालकेयांच्या प्रदेशात आपले सैन्य घुसवले. रावणाचे हे वर्तन कालकेयांना अत्यंत अपमानास्पद वाटले. राजकुळाच्या अनुमतीशिवायच कालकेयभूमीतून स्वत:चे सैन्य घेऊन जाण्याच्या रावणाच्या अधिकाराला त्यांनी आक्षेप घेतला; परिणामी दोन राक्षस कुळांतच युद्ध जुंपले. रावणाला आव्हान देऊन त्यांच्या प्रचंड शक्तिशाली सैन्यासमोर दीर्घ काळ टिकाव धरू शकण्याइतकी कालकेयांची कुवत नव्हतीच. त्यांचा अर्थातच पराभव झाला.

कालकेयांच्या पराभवापेक्षाही विशेष महत्त्वाची एक दुर्घटना तेव्हा घडली होती. आपल्या स्वाभिमानाच्या रक्षणार्थ सर्व कालकेयांचा रावणाशी संघर्ष सुरू आहे हे कळताच विद्युत्जिव्हा तत्क्षणी कालकेयांकडून लढण्यासाठी धावला होता. शेवटी तोही एक कालकेयच होता! युद्ध संपले, परंतु रावणाच्या शस्त्राचे बळी होऊन वीरगती पावलेल्या कालकेयांमध्ये विद्युत्जिव्हाही होता. रावण-भगिनी शूर्पणखेला वैधव्य आले होते; परंतु युद्धाच्या धुमश्चक्रीत ही गोष्ट रावणापर्यंत पोहोचलीच नव्हती.

विद्युत्जिव्हाला वीरगती मिळाल्याचे शूर्पणखेला कळले. तिच्या शिरावर जणू

आभाळच कोसळले. आपल्याच ज्येष्ठ बंधूच्या हातून आपल्या पतीला मृत्यू आल्याचे कळल्यावर ती अत्यंत व्यथित झाली. प्रचंड आक्रोश करत, रडत रडत ती लंकेला पोहोचली. कालकेयांशी झालेल्या युद्धात विद्युत्जिव्हाच्या मृत्यूला आपण कारणीभूत झाल्याचे कळल्यावर रावण अतिशय अस्वस्थ झाला.

शूर्पणखेचे सर्व बोलणे त्याने सहानुभूतीने शांतपणे ऐकून घेतले. शूर्पणखेचा रोष स्वाभाविकच होता. रावणाने तोही मान्य केला. तिच्या मृत पतीला पुन्हा जिवंत करणे आता शक्यच नव्हते. बहिणीचा संताप जरा ओसरल्यावर क्षमायाचनेच्या स्वरात रावण म्हणाला, ''शूर्पणखे, भगिनी, माझ्या हातून एक अघटित कृत्य घडून गेले आहे, हे मी पूर्णतया मान्य करतो; परंतु युद्धाच्या आवेशाच्या भरात ते कधी घडले हे मला कळलेच नाही. तू अजून तरुण आहेस; सुंदर आहेस. ह्या समग्र पृथ्वीच्या पाठीवरचा दुसरा जो कोणी पुरुष तुला आवडेल त्याची तू आपला पती म्हणून निवड करावीस, असा माझा तुला सल्ला आहे.''

''बंधू दशानना,'' शूर्पणखा म्हणाली, ''प्रस्थापित परंपरेनुसार एखादा पुरुष विधुर झाला, तर तो आपल्या आवडीच्या कोणत्याही स्त्रीला आपली पत्नी बनवू शकतो. एवढेच नाही, तर आधीच्या एका अथवा अनेक पत्नींच्या हयातीतच तो स्वत:च्या अंत:पुरात वाटेल तेवढ्या स्त्रियांना स्थान देऊ शकतो; परंतु एखाद्या विधवेला मात्र कोणताही पुरुष आपल्या पत्नीचे स्थान द्यायला राजी नसतो. अशा परिस्थितीत तूच माझ्यावर लादलेल्या ह्या वैधव्यासह काळ कंठत राहणे एवढा एकच मार्ग माझ्यासमोर उरला आहे.''

शूर्पणखेचे म्हणणे खरेच होते. तत्कालीन समाजव्यवस्था रावण नीट ओळखून होता. आपल्या भगिनीच्या अवस्थेचा थोडा वेळ विचार करून तो म्हणाला, ''शूर्पणखे, ह्या क्षणी मी तुला वचन देतो. यापुढे एखादा पुरुष आपला पती व्हावा, अशी तुला इच्छा झाली आणि त्या पुरुषाने तुझा पती होण्यास नकार दिला, तर मला येऊन सांग. मी तुझी इच्छा निश्चित पूर्ण करून देईन.'' आपल्या धाकट्या बहिणीचे सांत्वन करत, तिला धीर देत रावण म्हणाला, ''इतकेच नव्हे, तर माझ्या हातून घडलेल्या पापाचे प्रायश्चित्त म्हणून आजपासून दण्डकारण्याच्या ह्या प्रदेशाची सम्राज्ञी म्हणून तू येथे खुशाल, यथेच्छ विहार कर. खर आणि दूषण ह्या दोघांच्या हाताखाली चौदा हजार राक्षसांचे सैन्य ह्यापुढे तुझ्या रक्षणासाठी सदैव तत्पर असेल.''

शूर्पणखेला एवढ्या उदारतेची अजिबात अपेक्षा नव्हती. पतीच्या मृत्यूचा भार तिच्या मनावर आधी होताच; परंतु ज्येष्ठ भ्रात्याने ज्या पद्धतीने तिचे सांत्वन केले, तिची क्षमा मागितली आणि शेवटी आपल्या हातून नकळत घडलेल्या अपराधाचे प्रायश्चित्त म्हणून भरपाई करण्यासाठी जे देऊ केले, ते पाहून तिचे मन हलके झाले.

खर आणि दूषण तिचे मावसभाऊ होते. दोघेही क्रूरकर्मा असले, तरी पराक्रमी वीर तर होतेच! हे दोघे भाऊ दण्डकारण्यात शूर्पणखेच्या संरक्षणासाठी तत्पर असताना तिला भय ते कसले? शिवाय, दण्डकारण्याचा अवघा प्रदेश शूर्पणखेला अत्यंत परिचित होता. गोदावरी आणि कावेरीसारख्या पुण्यसलीला नद्यांच्या जलराशींनी समृद्ध असलेला हा प्रदेश पाहणाऱ्याचे डोळे निवतील असा अत्यंत रमणीय होता; आणि रावण म्हणत होता तसे झाले असते, तर शूर्पणखा त्या अति सुंदर प्रदेशाची स्वामिनी नव्हे, सम्राज्ञी होणार होती!

पतिनिधनाचे दुःख हलके हलके ओसरत गेले. खर-दूषणांच्या छत्रछायेखाली शूर्पणखा दण्डकारण्यात यथेच्छ विहार करू लागली. बराच कालावधी लोटला. दण्डकारण्यातील अनिर्बंध, स्वच्छंद जीवन शूर्पणखेच्या अंगवळणी पडू लागले; तिला ते आवडू लागले. आपल्या स्वतःच्या मालकीच्या एखाद्या उद्यानात स्वच्छंदपणे विहार करावा, तसा समग्र दण्डकारण्यात भल्या पहाटेपासून रात्र होईपर्यंत केव्हाही शूर्पणखेचा संचार असे. दण्डकारण्यातील हवामान, तेथील निसर्ग, तेथील ऋतुचक्र सगळेकाही तिच्या परिचयाचे, तिच्या सवयीचे होत गेले.

यथेच्छ विहाराच्या अशाच एका क्षणी आणखी एक अनपेक्षित घटना घडली.

पित्याच्या आज्ञेवरून वनवासाला आलेला अयोध्येचा राजकुमार राम आपली पत्नी सीता आणि पाठचा भाऊ लक्ष्मण ह्यांच्यासह वनवासाचा उरलेला काळ व्यतीत करण्यासाठी दण्डकारण्यात येऊन राहिला होता. दण्डकारण्याच्या सगळ्याच प्रदेशावर लंकाधिपती रावणाचे आधिपत्य होते. तसेच, तूर्त खर आणि दूषण दोघांच्या नियंत्रणाखाली तो प्रदेश होता, हे रामाला माहीत होते. काही वर्षांपासून नव्याने मिळवलेल्या सामर्थ्याच्या जोरावर दक्षिण आर्यावर्तातील ऋषिकुलांना राक्षसमूह त्रास देऊ लागले होते. रावणाने रोषाने, द्वेषाने आणि अलीकडे अहंकाराने भारून जाऊन आपल्या सर्व शक्तिशाली सेनानायकांना दिलेल्या आदेशाचे पालन करत ते सर्व ऋषिकुलांच्या यज्ञकर्मात शक्य त्या प्रकारे विघ्ने आणत होते. परिणामी, हळूहळू दण्डकारण्यातून ऋषिकुले निघून जाऊ लागली; आश्रम ओस पडले. यज्ञवेदी कायमच्या थंडावल्या. आश्रमविहीन, यज्ञविहीन दण्डकारण्य भकास होऊ लागले. तेथून निघून आलेल्या ऋषींनी स्वतः आपली व्यथा रामाजवळ बोलून दाखवली होती. तसे पाहता दण्डकारण्याशी रामाचा प्रत्यक्ष संबंध काहीच नव्हता; परंतु प्रतिदिनी वाढती राक्षसी शक्ती ऋषींना नित्याची वेदोक्त यज्ञकर्मेही करू देत नसेल, त्यांत बाधा आणत असेल, तर त्या राक्षसी शक्तीला आव्हान देऊन तिचा निःपात करणे आवश्यक होते, असे रामाला वाटले. दण्डकारण्यावरचे खर-दूषणांचे स्वामित्व दुर्लक्षित करून रामाने तेथे प्रवेश केला. एवढेच नव्हे, तर पुण्यसलिला गोदावरीच्या तीरी आपली कुटी बांधून वनवासाचा उर्वरित काळ तेथेच

व्यतीत करण्याचे त्यांनी ठरवले. रामाच्या दण्डकारण्यातील निवासाबद्दल मात्र राक्षस पूर्णपणे अनभिज्ञ होते.

अनेक वर्षांच्या सवयीप्रमाणे शूर्पणखा एके दिवशी प्रभातीच त्या मनोहर प्रदेशात फिरत होती. फिरता फिरता तिला दूरवर, गोदावरीच्या तीरावर एका पर्णकुटीजवळच्या शिलाखंडावर आसनस्थ असलेला राम दिसला. संयम, तपस्या, मनोनिग्रह इत्यादींच्या संगमातून आलेला रामाचा तेजस्वीपणा कोणाचेही चित्त आकर्षून घेईल असाच होता. गोदावरीच्या वाहत्या पाण्यात पाय भिजवत उभ्या असलेल्या शूर्पणखेची दृष्टी जवळजवळ समाधिस्थ अवस्थेत असलेल्या तेज:पुंज कांतिमान रामावर पडली. ती निरखून पाहू लागली. जवळच्या एका वृक्षराजीतील एका वृक्षावर गर्द पर्णांच्या किंचित आड पक्ष्यांची एक जोडी चोचीत चोच घालून बसली होती. अचानक शूर्पणखेची नजर त्या प्रेममग्न युग्मावर स्थिरावली. तिच्या मनात विचित्र खळबळ उत्पन्न झाली. शरीरात सूक्ष्म कंप निर्माण झाला. अशा तऱ्हेची चित्ताची कंपित, भ्रमित अवस्था गेल्या कितीतरी वर्षांत तिने अनुभवलीच नव्हती. हा अनुभव जणू ती विसरूनच गेली होती. मनात उठणाऱ्या ह्या विलक्षण तरंगांचे तिला नवल वाटू लागले. पुन्हा एकदा तिने रामाकडे पाहिले. रामाचा सुदृढ देह, उघड्या मांसल भुजा, विशाल छातीवरून प्रसरणारे पौरुष... शूर्पणखेची दृष्टी तेथेच खिळून राहिली. एकटक नजरेने ती रामाकडे बघत राहिली.

नदीच्या वाहत्या प्रवाहात बुडालेल्या तिच्या पायांखालची वाळू हलकेच निसटत होती. तिच्या पायाच्या तळव्यांना अलगद गुदगुल्या होत होत्या. नदीच्या पात्रातील वाळू प्रवाहाबरोबर सरकत होती. ह्यात नवीन असे काहीच नव्हते. ह्याआधी शूर्पणखेने शेकडो वेळा नदी ओलांडली होती; पण पायाखालची वाळू अशी अलगद निसटते आणि तो मखमली स्पर्श उघड्या पायाच्या तळव्यांना अशा मृदुल गुदगुल्या करू शकतो, हा विचारही आतापर्यंत कधी तिच्या मनाला शिवला नव्हता. तिने नदीच्या प्रवाहाकडे पाहिले. पाण्यात सुळकन इकडून तिकडे जाणारे मासे तिच्या मांसल पोटऱ्यांना स्पर्श करून जात असल्याच्या एका अनोख्या भावनेने तिला घेरून टाकले. वारे वाहत होते. वाऱ्याचा जोर अधिक नव्हता. उलट मंद, शीतल वारा अधिकच मोहक वाटत होता. नदीकाठच्या कुठल्याशा वृक्षाचे एक पान तिच्या खांद्यावर पडले. खांद्यावरून घसरत तिच्या वक्षावर वस्त्रांमध्ये कोठेतरी ते शिरले. त्या पर्णाचा स्तनभागाला होणारा स्पर्श तिला हवाहवासा, सुखद वाटू लागला. पुन्हा एकदा तिने पलीकडे आसनस्थ असलेल्या रामाच्या देहावर नजर रोखली. वक्षप्रदेशावर पडलेले पर्ण तेथून काढून टाकण्याऐवजी आपल्या दोन्ही हातांची वक्षापाशी घडी घालून तिने ते किंचित दाबल्यासारखे केले. तिचे ओठ थरथरले. क्षणभर तिने डोळे मिटून घेतले. तिचा निर्णय झाला.

किनाऱ्यावर येऊन तिने चेहऱ्यावर पाण्याचा हलकासा हबका मारला. अंगावरचे अलंकार अकारणच ठीकठाक केले. मधुर स्वरात कुठलेसे गीत गुणगुणत ती रामाच्या दिशेने चालू लागली. राम बसला होता त्या शिलेपाशी येऊन अत्यंत मृदू स्वरात ती म्हणाली, "हे तपस्वी! विश्रवा मुनींचा वीर पुत्र लंकाधिपती रावण ह्याची कनिष्ठ भगिनी, मी शूर्पणखा आपल्याला वंदन करते. आपण कोण, कोठून आलात, केव्हा आलात, कोणत्या उद्देशाने आपण माझ्या ह्या दण्डकारण्याच्या प्रदेशात प्रवेश केलात, हे सारे आपण मला सांगितलेत, तर मला खचितच आनंद होईल."

रामाने स्थिर नजरेने शूर्पणखेकडे पाहिले. पलीकडे कुटीच्या दाराशी सीता फुलांची माला गुंफत बसली होती. नुकतेच स्नान केले असल्याने सीतेच्या देहकांतीला अधिकच झळाळी आली होती. तिच्या मोकळ्या केशकलापातून ठिबकणारे जलबिंदू तिच्या मुखावर आणि खांद्यावर विसावत होते. दुसरीकडे वृक्षातळी बसलेला लक्ष्मण हवनवेदी तयार करत होता.

"हे कल्याणी," राम म्हणाला, अयोध्येच्या राजा दशरथाचा मी ज्येष्ठ पुत्र राम. धर्मरक्षणाच्या उद्देशाने गोदावरी तीरी माझी पत्नी मिथिला, नरेश जनकाची कन्या सीता आणि माझा कनिष्ठ बंधू लक्ष्मण ह्यांच्यासह राहत आहे."

रामाने बोटाने दाखवलेल्या दिशेने शूर्पणखेने सीतेकडे आणि लक्ष्मणाकडे आळीपाळीने पाहिले. सीतेची देहकांती आणि सौम्य, सुभग सौंदर्य पाहून तिच्या मनात पळभर असूया जागृत झाली. शूर्पणखा स्वत: सुंदर होती. कदाचित सीतेपेक्षाही कणभर सरसच; परंतु सीता आपल्यापेक्षा अधिक भाग्यवान असल्याची भावना तिला टोचू लागली. सीतेचे हे भाग्य आपल्याला मिळाले पाहिजे, हा विचार तिला स्वस्थता लाभू देईना!

"धर्मरक्षणाच्या तुमच्या उद्देशाच्या संदर्भातच माझे एक म्हणणे तुम्ही नीट ध्यानी घ्यावे, अशी हे रामा, मी तुम्हाला विनंती करते."

शूर्पणखेने नीट विचार करून म्हटले. "तुम्ही तरुण आहात. तरुण वयाचा धर्म गृहस्थाश्रम हा आहे. ह्या आपल्या धर्माचा त्याग करून तुम्ही वानप्रस्थजीवन स्वीकारलेत, ही अतिशय आश्चर्याची गोष्ट आहे."

"हे भद्रे," राम उत्तरला, "तुझ्या बोलण्याचे तात्पर्य सहज, सरळ वाटत नाही. तुझ्या मनातला खरा काय तो भाव तू स्पष्टपणे सांग."

"तुमच्यासारख्या पुरुषाला माझ्यासारख्या स्त्रीकडून मिळणारा एवढा संकेत पुरेसा आहे रामा!" शूर्पणखा म्हणाली. "तुमच्या देहकांतीने मला पुरते जिंकून घेतले आहे. ह्या समृद्ध दण्डकारण्य प्रदेशाचा स्वामी होण्याचे मी तुम्हाला निमंत्रण देते. माझ्याशी विवाह करून तुम्ही ह्या प्रदेशाचा आणि अर्थात माझाही यथेच्छ

उपभोग घेऊ शकता!''

रामाच्या चेहऱ्यावर मंद स्मित उमटले. डोळे मिचकावल्यासारखे करत तो म्हणाला, ''हे राक्षसी, मी आर्य कुळातला आणि तू राक्षसकन्या! शिवाय मी असा विवाहित. माझ्या पत्नीसह येथे राहत आहे. असे असता, लग्न करण्याचा तुझा प्रस्ताव धर्माविरुद्धच म्हटला जाईल.''

''अयोध्यानंदना, तुम्ही धर्मज्ञानी असूनही तुमच्या मुखी असे अधर्मी शब्द येतात, ह्याचे मला अती आश्चर्य वाटते. राक्षस-मातेच्या उदरी जन्माला आल्यामुळे जर मला तुम्ही राक्षस-कन्या म्हणत असाल, तर मी तुम्हाला स्मरण करून देते की, पित्याकडून माझ्या रक्तात विश्रवा मुनींचा अंश आहे. ऋषि-कन्या म्हणून तुम्ही माझा स्वीकार करू शकता!'' श्वास घेण्यापुरते थांबून शूर्पणखा पुढे बोलू लागली. ''तुमच्यासोबत तुमची पत्नी आहे, ही गोष्टसुद्धा माझ्या प्रस्तावाच्या आड येणारी नाही. साक्षात तुमचे पिता दशरथ ह्यांनीही एकापेक्षा अधिक पत्नींसह दाम्पत्यधर्माचे पालन केले होतेच की!''

शूर्पणखेच्या बुद्धिमत्तेचा रामावर प्रभाव पडल्यासारखे झाले. तीच्याकडे पाहत राहून, जरासे थांबून पुन्हा ओठांवर स्मित आणून तो म्हणाला, ''हे कन्ये! आर्यकुलांमध्ये लग्नपरंपरेचे आचरण मातापित्यांच्या संमतीनेच होत असते. तरी लग्नासंबंधीचे कोणतेही बोलणे तुझ्या ज्येष्ठ बंधूकडून अथवा पित्याकडून होणे उचित आहे. हा कुलधर्म तू कशी काय विसरतेस?''

शूर्पणखा हसू लागली. आपण आपल्या उद्देशपूर्तीच्या अगदी निकट पोहोचलो आहोत, ह्याची तिला खात्री वाटू लागली. श्रीरामांच्या आणखी जवळ जाऊन मोहक हावभाव करत लाडिकपणे ती म्हणाली, ''तपस्वी रामा, एकीकडून तुम्ही धर्माची साक्ष काढता आणि गांधर्व-विवाहालासुद्धा वैदिक परंपरेत पूर्ण मान्यता आहे, हे मात्र विसरता! विवाहतत्पर आणि कामोत्सुक स्त्रीपुरुषांनी गांधर्वविधीने तत्काळ दाम्पत्यधर्म अंगीकारण्यात वावगे असे काहीच नाही. प्रियतमा, आता अधिक विलंब नको. जाणारा एक एक क्षणही मला आता दुःसह वाटतो आहे.''

शूर्पणखा आपल्या अंगचटीला येतेसे पाहून राम उठून उभा राहिला. शूर्पणखेची उन्मत्त अवस्था बघून त्याच्या चेहऱ्यावर शांत भाव प्रगटले. आपला उजवा हात जरासा उंचावून तिला रोखत राम म्हणाला, ''तेथेच थांब कल्याणी! तुझ्याच हिताची गोष्ट सांगतो. नीट ध्यान देऊन ऐक.''

शूर्पणखा थांबली. नेत्र विस्फारून तिने रामाकडे पाहिले.

''हे सुंदरी, मी एक विवाहित पुरुष आहे, तर तू ह्या दण्डकारण्याची सम्राज्ञी आहेस. माझ्याशी विवाह करून तुला जन्मभर निष्कारणच सवतीचे दु:ख सहन करावे लागले. त्यापेक्षा तू पलीकडे बसलेल्या माझ्या बंधू लक्ष्मणाकडे जाऊन त्याला तुझ्याशी विवाह करायला प्रेरित करावेस, हे अधिक श्रेयस्कर आहे. तुला स्वीकारल्याने पत्नीविना राहत असलेल्या लक्ष्मणाला पत्नी लाभेल आणि तुलाही सवत असल्याचे दु:ख सहन करावे लागणार नाही.''

त्या क्षणी शूर्पणखेचे स्वत:वर जणू काहीच नियंत्रण उरले नव्हते. तिचीच गात्रे तिच्या ताब्यात राहिली नव्हती. रामाची सूचना तिने ऐकताक्षणी मान्य केली आणि लक्ष्मणाच्या दिशेने आपला मोहरा वळवला. झपाझप चालत ती लक्ष्मणापाशी पोहोचली. लक्ष्मणाचा देहही रामाप्रमाणेच सुडौल आणि तेज:पुंज, कांतिमान होता. वनवासातील कष्टमय जीवनामुळे त्याचे स्नायू अधिकच सुदृढ आणि घोटीव बनले होते. शूर्पणखेशी चाललेला रामाचा संवाद तो बऱ्याच वेळापासून शांतपणे ऐकत होता. तिच्याशी विवाह न करण्यासाठी राम एकामागून एक कारणे पुढे करत होता आणि ती कारणे ऐकून लक्ष्मणाची एक प्रकारे करमणूक होत होती. रामाने पुढे केलेल्या सगळ्या कारणांचे शूर्पणखेने अतिशय तर्कबद्ध निरसन केल्याने रामाने आता तिला हलकेच त्याच्याकडे लावून दिले होते, हे ओळखून लक्ष्मणाला विशेष मौज वाटली.

''सुमित्रानंदना,'' शूर्पणखा त्याच्या अगदी जवळ येत म्हणाली, ''तू तर

केवळ आपल्या भ्रात्याच्या आज्ञेचे पालन करायचे आहेस. तुझ्या देदिप्यमान रूपाला मी सर्वस्वी अनुरूप आहे, हे तू पाहतोच आहेस. माझा स्वीकार करून तू आता ह्या दण्डकारण्याच्या विशाल साम्राज्याचा स्वामी हो!''

रामाने आरंभलेली थट्टा लक्ष्मणाच्या पुरती लक्षात आली होती. शूर्पणखेशी विवाह करण्याचा प्रश्नच निर्माण होत नव्हता आणि ह्या वेळपर्यंत शूर्पणखा अत्यंत कामासक्त झाली होती, हे ओळखून त्याने थट्टेत आणखी थोडी भर घातली.

''हे कमलाक्षी, तू ह्या दण्डकारण्याची साक्षात महाराणी आहेस आणि मी तर रामाचा सेवकमात्र आहे. मी सदैव ज्येष्ठ भ्रात्याचा अनुचर बनूनच राहिलो आहे आणि ह्यापुढेही तसाच राहीन. माझ्याशी लग्न करून तुला आजन्म दासत्व पत्कारावे लागेल. त्यापेक्षा तू रामाचीच कनिष्ठ पत्नी व्हावेस हे उत्तम! रामाची दुसरी पत्नी बनून तू आनंदाने ह्या साम्राज्याच्या उपभोग घे.'' शेवटी थट्टा पूर्णत्वाला नेत लक्ष्मण म्हणाला, ''एरवी तुझ्यासारखी सुंदर स्त्री मिळवून मी अगदी धन्य धन्य झालो असतो!''

राम-लक्ष्मण दोघेही बंधू आपली थट्टा करत आहेत, हे समजण्याचे संतुलन शूर्पणखा पूर्णपणे हरवून बसली होती. थोड्या अंतरावर बसलेली सीताही फुले गुंफण्याचे थांबवून त्या अनपेक्षित दृश्याची गंमत चाखत होती. सगळा धीर सुटलेली शूर्पणखा लक्ष्मणाशी काही वाद न घालता लगबगीने रामापाशी येऊन उभी राहिली.

''श्रीरामा, मला तुमच्या धाकट्या भावाचे म्हणणे अधिक तर्कसंगत वाटते. आता क्षणाचाही विलंब न करता तुम्ही गांधर्व पद्धतीने माझ्याशी लग्नगाठ बांधा की, लगेच आपण आमोदप्रमोदासाठी माझ्या महाली जाऊ.''

''तुझे बोलणे पार अशक्य कोटीतील आहे.'' रामाने चेहऱ्यावर पूर्वीसारखाच गंभीर भाव ठेवून म्हटले, ''मी ह्या माझ्या पत्नीसह सुखाने नांदत आहे. तेवढ्याने मी संतुष्ट आहे. त्यामुळे मी तुझ्याशी विवाह करणे शक्य नाही.''

शूर्पणखेच्या चेहऱ्यावरच्या कामातुरतेत क्रोधाची छटा मिसळू लागली. तिने सर्वप्रथम रामालाच पसंत केले होते. आपल्या यौवनसंपन्न सौंदर्यावर राम मोहित झाला आहे, असेच ती मानत होती. रामाच्या सगळ्या म्हणण्यामागचे सार एकच होते – सीतेचे अस्तित्व! रामाने शूर्पणखेशी विवाह करण्यात केवळ ह्या सीतेचाच काय तो अडसर होता! शूर्पणखेला सीतेचा भयंकर राग येऊ लागला. तिच्या कामेच्छेची तृप्ती होण्यात सीता विघ्न होऊन आडवी येत होती. ह्या स्त्रीचा काटा काढला असता, तर विवाह न करण्याचे कोणतेच निमित्त रामापाशी उरणार नव्हते. कामाग्नीबरोबरच क्रोधाग्नीनेही पेटलेल्या शूर्पणखेने सीतेकडे पाहिले. शांतपणे विचार करू शकण्याच्या अवस्थेत ती नव्हती. तिच्या मनाचा तोल केव्हाच ढळला

होता. एकटा कामावेग मानवी मनाचे संतुलन ढासळून टाकायला पुरेसा असतो. शूर्पणखेच्या कामावेगाला क्रोधाची जोड मिळाली होती. सारासार विचाराचे तिला मुळीच भान उरले नव्हते. ती अत्यंत वेगाने सीतेवर धावून गेली.

"आपल्या मिलनात ह्या स्त्रीची उपस्थिती एवढाच काय तो अडथळा असेल तर रामा, हे पाहा, मी निमिषार्धातच हे विघ्न नष्ट करून टाकते."

शूर्पणखेच्या त्या अनपेक्षित कृत्याने राम भयचकित झाला नाही, परंतु सावध अवश्य झाला. लक्ष्मणाकडे पाहून त्याने काहीशा रागीट स्वरात आज्ञा केली, "लक्ष्मणा, ही स्त्री आपल्या जन्मजात वळणावर गेली आहे. परंतु स्त्री-हत्येचे पातक आपल्याला माथी घ्यायचे नाही. तरी तू हिचे नाक-कान कापून हिला येथून तत्काळ हाकलून दे."

रामाच्या तोंडचे शब्द विरतात न विरतात तोच लक्ष्मण एका झेपेत शूर्पणखेपाशी पोहोचला. तिचे लक्ष सीतेकडे होते. सीतेचे मस्तक धरण्यासाठी तिने आपले दोन्ही हात पुढे केले, तेवढ्यात पाठीमागून लक्ष्मणाने तिच्या केसांना धरून तिला अलीकडे ओढले आणि दुसऱ्या बाजूला जमिनीवर आपटले. काय घडते आहे ते कळून शूर्पणखेने काही प्रतिकार करण्यापूर्वीच आपल्या हातातील तलवारीने लक्ष्मणाने भूमीवर पडलेल्या शूर्पणखेचे नाक आणि कान कापून टाकले.

ध्यानीमनी नसलेल्या ह्या हल्ल्याने शूर्पणखेची कामेच्छा एकाएकी मावळली; परंतु क्रोधाग्नी मात्र अनेकपटींनी भडकला. खुद्द दण्डकारण्याच्या, तिच्या स्वत:च्या मालकीच्या भूमीवरच एखाद्या मानवाने तिचा इतका घोर अपराध करावा, तिच्यावर निष्ठुर हल्ला करून तिला विद्रूप करून टाकावे, हे तिच्या सहनशक्तीच्या पलीकडचे होते. ती जोरजोराने किंचाळू लागली. आपल्या चेहऱ्यावरून वाहणारे रक्ताचे ओघळ दोन्ही हातांनी पुसत ती मोठ्या आवेशाने उठून उभी राहिली आणि डोळ्याचे पाते लवते न लवते तोच निबिड अरण्यात अदृश्य झाली.

शूर्पणखेच्या रक्षणाचे उत्तरदायित्व रावणाने ज्यांना सोपवले होते, त्या सेनापती खर-दूषणांना शूर्पणखेची विटंबनावस्था कळली आणि त्यांच्या रोषाला पारावार उरला नाही. तिचे कसेबसे सांत्वन करून ह्या कोण्या अनोळखी, अनाहूत राजकुमारांचा सूड घेण्यासाठी आपल्या सुसज्ज सैन्यासह ते चालून गेले. असे काहीतरी घडेलच असा राम-लक्ष्मण दोघांचाही कयास होता. दोघे सावधपणे कुटीच्या बाहेर थांबले होते. लांबवरून खर-दूषणांच्या सैनिकांचा कोलाहल कानी पडताच ते प्रतिकाराला सज्ज झाले.

ह्या फक्त दोघाच मानवांना चुटकीसरशी हरवून टाकता येईल, अशी राक्षस सेनानायकांची कल्पना होती. विजयाबद्दल ते अगदी नि:शंक, निर्धास्त होते. काही पळांचाच काय तो अवकाश होता. राम-लक्ष्मणांचे मृतदेह घेऊन किंवा त्यांना

बंदिवान करून शूर्पणखेच्या पायाशी आणून ठेवायचे, अशी त्यांची धारणा होती. किंबहुना ज्या स्त्रीपायी लक्ष्मणाने शूर्पणखेला विद्रूप करून टाकले होते, त्या स्त्रीला बंदिवान रामाच्या डोळ्यांदेखत शूर्पणखेच्या हातून नष्ट करून टाकायचे दोघांनी मनोमन ठरवूनही टाकले होते.

ह्यातले काहीच घडले नाही. घडले ते कल्पनातीत होते. शूर्पणखेने सांगितल्याप्रमाणे राम-लक्ष्मण दोघेच तेथे होते. त्यांच्या साथीला ना सैन्य होते ना कोणत्याही प्रकारचे सैन्यबळ! होते केवळ खांद्यावर एक धनुष्य आणि कमरेला एक तलवार. आयुधे एवढीच; परंतु त्यांच्या बाजूने असा शस्त्राघात सुरू झाला की, सर्व राक्षस थक्क झाले. जणू शेकडो प्रशिक्षित सैनिकांनी एकजुटीने एकाच वेळी मारा करावा तसे काहीतरी घडत होते. दिवस मावळता मावळता युद्ध समाप्त झाले. खर-दूषणांसहित बहुतांश राक्षस नाश पावले होते. चुकूनमाकून जगले वाचलेले जे कोणी उरले होते, ते सगळेच्या सगळे जीव घेऊन पळून गेले होते.

खर-दूषणांच्या पराजयाचा करुण वृत्तान्त ऐकून शूर्पणखेचा वैराग्नी आणखीच भडकला. ह्यापुढे दण्डकारण्यात राहणे तिला कठीण वाटू लागले होते. राम-लक्ष्मणांनी आपल्याला शोधून काढले, तर त्यांच्या हातून धडपणे बचावणे आता शक्य नाही, अशी तिची समजूत झाली. उरल्यासुरल्या सैनिकांना घेऊन तिने दण्डकारण्यातून पळ काढला. थेट लंकानगरीत ती रावणापुढे जाऊन उभी ठाकली.

रावणाला सगळा वृत्तान्त समजला. त्याला नवल वाटले, परंतु त्याहीपेक्षा अधिक क्षोभ त्याच्या चित्तात उत्पन्न झाला. एकट्या-दुकट्या आलेल्या ह्या दोघा राजकुमारांनी अशा रीतीने लंकेच्या साम्राज्यावर घाला घालावा, हे त्याला असह्य झाले. आपल्या प्रिय भगिनीला त्यांनी ज्या प्रकारे विद्रूप करून टाकले होते, ते पाहता त्यांना यथोचित शिक्षा देणे हा आपला राजधर्मच आहे असे त्यांना वाटू लागले.

राम अयोध्येचा युवराज होता आणि पित्याचे वचन सार्थ करण्यासाठी स्वेच्छेने वनवास भोगत होता, ह्याबद्दल रावण अनभिज्ञ नव्हता. वसिष्ठ, विश्वामित्रांसारख्या समर्थ कुलगुरूंकडून त्याला धनुर्विद्या प्राप्त झाली होती, हेसुद्धा तो जाणत होता. मिथिला नगरीत जे शिवधनुष्य समग्र आर्यावर्तातील भल्याभल्या राजकुमारांना उचलता आले नव्हते, ते धनुष्य अयोध्येच्या या राजकुमाराने निमिषार्धात लीलया पेलून तोडून टाकले होते आणि नंतर महा काळाचा साक्षात अवतार असलेल्या परशुरामांचा क्रोधही त्याने शांत केला होता. ही सर्व हकिकत रावणाच्या कानापर्यंत पोहोचली होती. मनात आणले असते तर पिता दशरथ आणि माता कैसकेयी दोघांनाही बंदिवान करून, अयोध्येचे सिंहासन हा समर्थ राजकुमार निर्वेधपणे मिळवू शकला असता; परंतु रामाने तसे केले नव्हते. पित्याने आपल्या तारुण्यसुलभ

कामभावनेच्या आवेशात आपली पत्नी कैकेयी हिला दिलेले वचन शब्दश: पाळून रामाने स्वच्छेने वनवास पत्करला होता. आपल्या पित्याच्या हातून वचनभंग होऊ दिला नव्हता.

रावण वीर पुरुष होता. धर्म-अधर्म त्याला पूर्णपणे ज्ञात होता. वेद-उपनिषदांची मर्मे त्याने समजून घेतली होती. आपली समग्र प्रज्ञा एकाग्र करून त्याने विचार केला. त्याच्या तत्काळ लक्षात आले की, वनात राम एकटाच असला, तरी त्याच्या सामर्थ्याला कमी लेखून चालणार नव्हते. झाल्या प्रकाराचे शूर्पणखेने ज्या पद्धतीने वर्णन केले होते, त्यावरून रामाच्या वर्तनाचा त्याला उलगडा होत नव्हता. रामासारख्या धीरोदात्त धनुर्धाऱ्याने विनाकारणच दण्डकारण्याच्या सम्राज्ञीसमान शूर्पणखेवर असा निंद्य हल्ला करावा ही गोष्ट रामाच्या स्वभावाला अनुसरून नसली, तरी शूर्पणखेने जे वर्णन करून सांगितले होते, त्यावरून रामाचे कृत्य समर्थनीयच ठरत होते.

शूर्पणखा म्हणाली होती, ''लंकाधिपती बंधो, रामाची पत्नी सीता अत्यंत सुंदर स्त्री आहे. तिच्यासारखे सौंदर्य ह्या अवनीतलावर मी कोठेही पाहिले नाही. अशी अनुपम सौंदर्यवती स्त्री केवळ तुझ्याच अंत:पुरात शोभून दिसेल, ह्या उद्देशाने मी सीतेला इकडे घेऊन यायला निघाले होते. त्या वेळी लक्ष्मणाने माझी अशी दुर्दशा करून टाकली.''

रावणाकरवी आपला वैराग्नी शांत करून घ्यायचा असेल, तर रावणाची पुरुषसुलभ स्त्री-लोलुपता जागृत करणे हा एकच मार्ग शिल्लक आहे, हे शूर्पणखेच्या विचक्षण बुद्धीने टिपून घेतले होते. सत्ता, समृद्धी, यौवन आणि त्यासोबत अपार प्रतिष्ठा ह्यामुळे रावणाला उन्माद चढला होता, हे शूर्पणखा पूरेपूर समजून होती. ह्या सगळ्याच्या भरीला रावणाच्या मनात स्त्री-सौंदर्याप्रतीची पुरुषसहज अभिरुची होती, हेही तिला ठाऊक होते. स्वत:ला आवडलेल्या अनेक स्त्रियांना रावणाने आपल्या अंत:पुरात स्थान दिले होते, हे तिला माहीत होते. रावणाच्या मनावर सीतेच्या सौंदर्याच्या वर्णनाने भुरळ घालता आली असती, तर काय वाटेल ते करून तो सीतेला हस्तगत करायला तयार झाला असता, अशी शूर्पणखेची मनोधारणा होती.

शूर्पणखेचे तात्पुरते सांत्वन करून रावणाने तिला शांत केले होते, परंतु त्याचे विचारचक्र थांबले नव्हते. सीता सुंदर असो की नसो, त्याच्या दृष्टीने ती गोष्ट फारशी महत्त्वाची नव्हती. आपल्या आधिपत्याखाली असलेल्या दण्डकारण्याच्या प्रदेशावर रामाने अनधिकृत आक्रमण केले होते, ते त्याला अधिक डाचत होते. राम क्षत्रिय होता; त्यातून दशरथाचा पुत्र होता. ह्याच दशरथाने विश्वामित्रांच्या यज्ञाचे रक्षण करण्यासाठी रामाला त्यांच्याकडे पाठवले होते आणि ह्याच विश्वामित्रांच्या यज्ञाचा

भंग करण्याची आज्ञा स्वत: रावणाने मारीचाला आणि त्राटिकेला दिली होती. रावणाच्या आज्ञेनुसार अपेक्षित गोष्टी घडत होत्या. मारीच आणि त्राटिका विश्वामित्रांचे यज्ञ निर्विघ्नपणे संपन्न होऊ देत नव्हते. अशा वेळी हा राम विश्वामित्रांच्या साहाय्याला आला होता. त्यानेच त्राटिकेचा वध केला होता. मारीचादी राक्षसांचा पराभव करून विश्वामित्रांचे यज्ञ सुरळीतपणे पार पडू दिले होते. रावणाने हाती घेतलेल्या मोहिमेच्या सर्वस्वी विरुद्ध असे रामाचे वर्तन होते. रावण आपल्या राक्षसत्वानिशी अभिजनांच्या अभिजाततेलाच आव्हान द्यायला सिद्ध झाला होता. सप्तसिंधूंच्या ह्या रम्य प्रदेशात देव, गंधर्व, यक्ष, ब्राह्मण अथवा क्षत्रिय ह्यांपैकी कोणीही स्वत:ला राक्षसांपेक्षा वरचढ मानावे, ही कल्पनाही रावणाला मान्य नव्हती. असे वरचढ मानणे धर्माला धरून नाही असे तो मानत होता; आणि अशा अधर्माला अधर्मानेच उत्तर दिले असते, तरी त्याच्या मते अंती ते धर्मरक्षणच ठरत होते.

ह्याआधी एकदा वालीच्या हातून रावण पराभूत होऊन चुकला होता त्यामुळे ह्या वेळी त्याने विचार केला, – 'रामाचे सामर्थ्य नाकारण्यात अर्थ नाही. त्याच वेळी रामाच्या ह्या अनधिकृत आणि उद्दाम वर्तनाकडे दुर्लक्ष करावे, तर आपला राजधर्म लोप पावतो!' अखेरीस, अधर्माचा प्रतिकार अधर्मानेच करण्याचा त्याने निर्णय घेतला. एक क्रूर योजना त्याच्या मनात आकार घेऊ लागली. पितामह पुलस्तींकडून विद्या ग्रहण करू न शकण्याचे पिता विश्रवांनी पुढे केलेले कारण, आपल्या मातामह सुमालीने निर्माण केलेली लंकानगरी विश्रवांनी वैश्रवणाला परस्पर देऊन टाकण्याची घटना, त्यानंतर निव्वळ बाहुबळाच्या जोरावर ती नगरी पुन्हा परत मिळवण्याचा आपण केलेला पराक्रम... समग्र भूतकाळाचा त्याच्या स्मरणपटावर खोलावर ठसा उमटला होता. जाणीवपूर्वक हाती घेतलेल्या मोहिमेच्या अत्यंत महत्त्वाच्या टप्प्यावर येऊन पोहोचल्याची त्याला प्रकर्षाने जाणीव झाली.

रामाचा सूड घेण्यासाठी जी योजना त्याच्या मनात आकार घेत होती, ती प्रत्यक्षात आणणे म्हणजे साक्षात महाभयंकर विनाशाला आमंत्रणच होते, हे त्याच्या पुरते ध्यानी आले होते.

आणि तरीही एखादी विशिष्ट संकल्पना, एखादी विशिष्ट भावना जपण्यासाठी, जोपासण्यासाठी, आपल्या आयुष्यात केव्हा ना केव्हा, सर्वनाश ओढवून घेण्याची किंमतही मोजावी लागते असेही त्याला वाटत होते.

‘सीतेला आपल्या अंत:पुरात का म्हणून आणू नये? काय हरकत आहे? सीतेला आपल्या अंत:पुरात आणून ठेवता आले तर... तर...’

रावणाच्या मनात हा विचार रात्रभर घोळत राहिला. सीतेला अंत:पुरात आणून ठेवण्यामागे तिच्या सौंदर्याची आसक्ती हे कारण आता उरलेच नव्हते. सौंदर्यवती स्त्रियांची त्याच्या अंत:पुरात मुळीच वाण नव्हती. शूर्पणखेने रेखाटलेले सीतेच्या सौंदर्याचे चित्र आकर्षक नक्कीच होते; पण आता स्त्री-सौंदर्याला त्याच्या लेखी प्राधान्य नव्हते. त्याहीपेक्षा रामाने शूर्पणखेचा केलेला अपमान रावणाला महत्त्वाचा वाटत होता. तिचे नाक-कान छाटून तिला विद्रूप केले ते अधिक महत्त्वाचे होते. अधिपती रावणाच्या दण्डकारण्यात घुसून असले घोरकर्म करायला धजावून रामाने प्रत्यक्ष लंकाधिपतीला दिलेले आव्हान सर्वांत महत्त्वाचे होते! आता ह्या आव्हानाला प्रत्युत्तर देण्यावाचून रावणाला गत्यंतरच नव्हते. रामाला धडा शिकवणे, त्याला त्याच्या कर्माची शिक्षा भोगायला लावणे, हेच आता रावणाचे आद्य कर्तव्य होते! ‘जो शास्ता हाती दंड धारण केल्यानंतर त्या दंडाचा न्यायोचित विनियोग करू शकत नाही, तो शासक शासन करायला लायक नसतो.’ अशी कितीतरी शास्त्रवचने रावणाभोवती फेर धरून नाचू लागली.

रावणाच्या मनात चाललेल्या विचारमंथनादरम्यान एक वेगळाच पैलू जणू तळापासून उसळी मारून पुन्हा पुन्हा पृष्ठभागावर डोकावत होता. विश्रवांची पत्नी केकसी राक्षसराज सुमालीची कन्या होती, तशीच देवराज इंद्राची पत्नी शची दानवराज पुलोमाची पुत्री होती. एवढे पुरेसे नसल्यागत आता त्याच्या मनात अशीच इतर अनेक उदाहरणे गर्दी करू लागली. असुरराज वृषपर्वाने दीर्घ काळपर्यंत देवराज इंद्राशी लढा दिला होता. भगवान शुक्राचार्य खुद्द वृषपर्व्याचे गुरू होते. ह्याच वृषपर्व्याची कन्या शर्मिष्ठा आणि शुक्राचार्यांची कन्या देवयानी दोघी क्षत्रिय राजा ययातीच्या पत्नी बनल्या होत्या. शर्मिष्ठा असुरकन्या होती, तरीही क्षत्रिय राजा

ययातीपासून झालेल्या तिच्या अनु, द्रह्यू आणि पुरू ह्या तिघाही पुत्रांना क्षत्रिय कुळांनी आपले पूर्वज म्हणून आजतागायत स्वीकारले होते.

रावणाला आठवत गेले.

ह्याच असुर-गुरू शुक्राचार्यांची दुसरी कन्या देवीज्येष्ठा हिने देवलोकात स्थान मिळावले होते. स्वत: वरुणाने देवीज्येष्ठेला आपले पत्नीपद दिले होते.

विद्युल्लतेचा लखलखाट होत राहावा तसे रावणाच्या स्मृतिपटावर एकामागून एक चित्र उमटत गेले... उमटत गेले... उमटतच राहिले.

फरक एकच होता. एकूण एक असुर-कन्यांना इतर कुलांनी आपली पत्नी म्हणून स्थान दिले होते. देव कुल, ब्राह्मणकुल, क्षत्रियकुल सर्वांनी! परंतु कुठेही कोण्या देवकन्येला, क्षत्रियकन्येला, ब्राह्मणकन्येला आपल्या असुरकुलात घेऊन जाण्याची संधी आजपर्यंत एकदाही कोणाला गवसली नव्हती. असे का? हा प्रश्न विराट रूप धारण करून रावणाच्या चित्तात प्रचंड उलथापालथ घडवून आणत होता. एखाद्या भूकंपाने साऱ्या अस्तित्वालाच हादरे द्यावेत, तसा हा एकच प्रश्न त्याला सतत भेडसावत होता; हादरवून टाकत होता. का म्हणून एकाही राक्षसकुळात देवकन्या वा ब्राह्मणकन्या आली नसावी? अर्थ स्पष्ट होता. एकच अर्थ ह्यातून निघत होता की, ह्या कन्यांचे परिवार आपल्या अभिजाततेच्या अहंकारात पूर्णपणे बुडालेले होते. आपल्या कन्या असुरकुळांत देऊन असुरांना आपल्या बरोबरीचे स्थान द्यायची त्यांची इच्छाच नव्हती. हे कदापी घडणार नव्हते.

हे खरोखरच असे असते, तर मग शूर्पणखेने रावणाला सोन्यासारखी संधी आणून दिली होती. राम क्षत्रिय होता; सीता त्याची पत्नी होती. ह्या क्षत्रिय राजाच्या धर्मपत्नीला रावणाने बळजबरीने आपल्या अंत:पुरात ओढून आणले असते, तरी त्यातून आजवर चालत आलेली परंपरा भंग पावणार होती!

इतरांच्या स्त्रिया – त्या विवाहित असल्या तरी – बळजबरीने आपल्या अंत:पुरात आणून डांबण्यात रावणाला मुळीच नवलाई उरली नव्हती. एव्हाना त्याला स्त्रीस्वभावाची पुरती ओळख पटली होती. पळवून आणून त्याच्या अंत:पुरात कोंडलेल्या अनेक स्त्रियांना कालांतराने हे नवजीवन मनापासून आवडू लागले होते, त्या रावणावर प्रेम करू लागल्या होत्या. रावणाचे पौरुष, रावणाची सत्ता, रावणाची संपत्ती, रावणाचे ज्ञान... सारेकाही इतके उत्कृष्ट होते की, पळवून आणलेल्या स्त्रियांनाही ह्या सर्व गोष्टींचे आकर्षण वाटू लागून रावणाला सर्वांत अधिक प्रिय होण्यासाठी त्यांच्यात आपापसात स्पर्धा लागत असे. रावणाच्या निकट येण्यासाठी त्या धडपडत. सीता शेवटी एक स्त्रीच होती. अपहरण करून आणल्यानंतर इतर स्त्रियांप्रमाणेच तिलाही रावण आवडू लागला नसता कशावरून? अयोध्या लंकेइतकी समृद्ध नगरी नव्हती. शिवाय आजही रामाच्या हातात काहीच विशेष

सत्ता नव्हती. 'गेली बारा वर्षे वनवासात कष्टमय जीवन कंठून सीता स्वत:च रामाला कंटाळली नसेल कशावरून? कोणी सांगावे...? ...असेलही!'

असो की नसो; परंतु देव, गंधर्व, ब्राह्मण, क्षत्रिय एकजात सगळ्यांचा स्वत:च्या अभिजाततेबद्दलचा अहंकार उखडून, तोडून-मोडून टाकण्यासाठी आणि राक्षसकुळेही त्यांच्याचसारखी, त्यांच्या बरोबरीची आहेत हे सिद्ध करून दाखवण्यासाठी रावणाने सीतेला पळवून आणून आपल्या अंत:पुरात ठेवण्याची नितांत आवश्यकता होती. आत्ता ह्या घडीला रावणाने तसे केले असते, तर त्याला रावणाची स्त्रीबद्दलची आसक्ती म्हटले गेले नसते, तर ते शूर्पणखेच्या अपमानाचा सूड घेण्याचे त्याचे सहज-कृत्य मानले गेले असते. शूर्पणखा म्हणत होती त्याप्रमाणे सीतेचा विरह सहन न होऊन रामाने प्राणत्याग केला असता, तर रावणाचे काम अगदीच सोपे झाले असते आणि रामाविना सीतेला उर्वरित सर्व आयुष्य रावणाच्या अंत:पुरात राहण्यावाचून पर्यायच उरला नसता.

...रावणाच्या विचारचक्राला थांबणे माहीतच नव्हते!

एकामागून एक कल्पनेच्या भराऱ्या मारणाऱ्या रावणाच्या चित्ताला वास्तवातील अडचणींची जाणीव नव्हती असे नव्हते. आपण रंगवलेले कल्पनाचित्र साकार करण्यासाठी रामाला उघडपणे आव्हान देऊन युद्धाला आमंत्रित करावे, हे तत्कालीन राजनीतीच्या दृष्टीने रावणाला उचित वाटत नव्हते. राम स्वत: अत्यंत पराक्रमी आणि अमाप शक्तिशाली होता, ह्याची रावणाला खात्री होती. तो स्वत: सैन्यानिशी दण्डकारण्यात रामावर चालून गेला असता, तर सैन्याला सर्व तऱ्हेच्या पुरवठा करणे फार त्रासदायक झाले असते. घटका-दोन घटकांतच रामाने खर-दूषणांसहित चौदा हजार राक्षसांचा नाश करून टाकला होता, ही वस्तुस्थिती होती. अशा परिस्थितीत रामाशी समोरासमोर खुल्या युद्धात अपेक्षित, अनुकूल परिणाम न येण्याची दाट शक्यता होती. त्यापेक्षा कोणत्या ना कोणत्या मार्गाने रामाची फसवणूक करून एकदा का सीतेला गुपचूप लंकेत पळवून आणले असते की, मग लंकेच्या दुर्गाच्या आत सगळेकाही सोपे आणि सुरक्षित होते.

ह्या सुरक्षिततेचा गर्भित अर्थही रावणाला पूर्णपणे समजला होता.

सीता परत मिळवण्यासाठी राम लंकानगरीवर आक्रमण केल्याविना राहिलाच नसता, हे त्याला माहीत होते; परंतु दण्डकारण्यात रामाशी लढण्यापेक्षा लंकेच्या दुर्गाच्या आत राहून रामाला प्रतिकार करणे अधिक सोपे होते. दुर्गात त्याच्या जोडीला कुंभकर्ण होता, इंद्रजित होता; अकंपन, प्रहस्त... इतर अनेक राक्षसवीर होते.

तरीसुद्धा युद्धाचा निर्णय काय लागणार हे अनिश्चितच असते. दोन्हीही पक्ष विजयप्राप्तीसाठी लढत असतात. न जाणो, रावणाच्या सगळ्या धारणा खोट्या

ठरल्या असत्या तर? रावणाचा पराजय आणि रामाचाच विजय झाला असता तर?

तर काय? जय-पराजय प्रत्येक वीराच्या जीवनात विधात्याच्या तुलेच्या पारड्यांसारखे असतात. दोन्ही पारडी वर-खाली होतच राहतात. पराजयाच्या आशंकेने हाती आलेली दुर्लभ संधी वाया घालवून कसे चालले असते? देव, गंधर्व, ब्राह्मण, क्षत्रियादी सर्वांच्यातील एका राजकन्येला – केवळ राजकन्याच नव्हे, तर एका राजाच्या धर्मपत्नीला – आपल्या अंत:पुरात खेचून आणण्याने आजपर्यंच्या अगणित असुरकन्यांना स्वत:च्या अंत:पुरात घेऊन जाणाऱ्या ह्या इतर सर्वांना योग्य धडा शिकवल्यासारखे झाले असते.

जय किंवा पराजय हा मूळ मुद्दा नव्हताच. धडा शिकवणे हाच मुख्य मुद्दा होता.

रावणाने आपल्या अत्यंत विश्वासू राक्षसवीरांची एक गुप्त बैठक बोलावली आणि आपल्या मनातील विचार व्यक्त केले. सीतेचे अपहरण करण्याची योजनाही त्यांच्यासमोर अगदी काळजीपूर्वक मांडली.

"काय म्हणतोस तरी काय रावणा?" भयचकित झालेला कुंभकर्ण सर्वप्रथम बोलला. "सीतेला तुझ्या अंत:पुरात आणून ठेवण्याची तुझी इच्छा असेल, तर आपणा सगळ्यांनी मिळून आधी रामाशी युद्ध करावे. युद्धात रामाचा वध करून मगच युद्ध-दंड म्हणून हक्काने सीतेला लंकेत घेऊन यावे. असे करणे हाच वीरोचित धर्म आहे."

"राजकारणात केवळ वीरताच नव्हे, तर विचक्षण व्यूहरचनाही अनिवार्य असते." रावणाने उत्तर दिले. "तुम्हा सर्वांच्या सहकार्याबद्दल आणि शौर्याबद्दल माझ्या मनात तिळमात्र शंका नाही; परंतु रक्ताचा थेंबही न सांडता आपला उद्देश सफल होत असेल, तर तसा व्यूह रचण्यालाही वीरोचित कौशल्यच म्हटले जाते."

"मुत्सद्दी व्यूहरचना म्हणजे वैश्यवृत्तीचेच दुसरे नाव!" कुंभकर्ण आपले म्हणणे पुढे मांडत राहिला. "धर्म, अर्थ आणि काम ह्यांमध्ये धर्मच श्रेष्ठ आहे. शूर्पणखेचे नाक-कान कापणाऱ्यावर सूड घेणे हा आपला धर्म आहे आणि ह्या धर्माचे अनुसरण वीरांना शोभून दिसणाऱ्या युद्ध-मार्गानेच केले पाहिजे. अन्य कोणतेही कर्म म्हणजे पाप आहे. अशा पापकर्मांनी विजय मिळवता येतो असे वाटले, तरी अंतिमत: अशा पापकर्मांचे फळ अतिशय दु:खदायकच असते."

"महाबली वीर कुंभकर्णाच्या म्हणण्याला माझे समर्थन आहे लंकधिपती!" मारीच म्हणाला. "फार काय, त्याही पुढे जाऊन मी तर असे म्हणेन की रामाशी वैर धरायचा विचार तुम्ही सोडून द्या. विश्वमित्रांनी केलेल्या यज्ञाच्या वेळी रामाच्या धनुर्विद्येचा चमत्कार मी स्वत: पाहिला आहे. त्यानंतरच्या काळातल्या वनवासी रामच्या शौर्याचीही मला पूर्ण कल्पना आहे. अशा परिस्थितीत रामाशी वैर म्हणजे

राक्षस कुळांवर आपत्ती ओढवून घेणेच आहे.''

''रामाच्या हातून एकदा मार खाल्ल्यापासून मारीचा, तू फारच घाबरलेला दिसतोस.'' प्रहस्ताने चर्चेत भाग घेत म्हटले. ''शस्त्रप्रहार झेलत राहण्यातच खऱ्या वीर योद्ध्याच्या वीरत्वाची कसोटी लागत असते. राम कितीही शस्त्रनिपुण असू दे, आपण सगळे एकत्रितपणे पळभरातच त्याचा निकाल लावून टाकू.''

रावणाला आपल्या विश्वासातल्या साथीदारांशी फक्त विचारविनिमय करायचा होता. कुंभकर्ण, मारीच, प्रहस्त इत्यादींनी जे जे म्हटले त्यात त्याला नवीन असे काहीच नव्हते. त्या सगळ्याचा हिशोब त्याच्या मनाने केव्हाच केला होता. राक्षसवीरांची गुप्त खलबते बराच काळ होत राहिली. सरतेशेवटी रावणाने आपला निर्णय सांगून टाकला.

मारीचाने मायावी मृगाचे रूप घेऊन सीतेवर मोहिनी टाकावी. रामाला त्याच्या कुटीपासून दूरपर्यंत मृगामागे यायला लावून दाट अरण्यात घेऊन जावे. नंतर रामासारखा आवाज काढून करुण स्वरात लक्ष्मणाच्या आणि सीतेच्या नावाने धावा करावा. लक्ष्मणाला कुटी सोडायला भाग पाडावे. आणि मग रामलक्ष्मणांच्या रक्षणाविना उरलेल्या एकट्या सीतेला खुद्द रावण कपट वेश धारण करून पळवून आणेल.

ह्या सगळ्या योजनेमध्ये सीतेचे अपहरण होईल की नाही हे अनिश्चित असले, तरी आपला मृत्यू मात्र अटळ आहे ह्याबद्दल मारीचाच्या मनात जराही शंका नव्हती. ह्या सगळ्या बेताबद्दल रावणाच्या मनातल्या निर्धाराची तीव्रता पाहता मारीचाने ह्या षड्यंत्रात भाग घेतला नसता, तर रावणाने त्याला जिवंत ठेवले नसते, हेही तितकेच खरे! मारीचापुढे दोनच पर्याय होते, एक तर रावणाच्या हातून अपमानित होऊन मृत्यू पावणे अथवा रामाच्या हातून मारले जाऊन राक्षसकुळात कीर्ती मिळवणे! मारीचाने अर्थातच दुसरा पर्याय निवडला.

रावणाने संपूर्ण बेत तपशीलवार रचला होता.

कोणतीही स्त्री असो, मोहक वस्त्रालंकारांचे आकर्षण तिला असतेच. स्त्रीजातीचे हे स्वभाववैशिष्ट्य रावणाच्या अतिशय परिचयाचे होते. स्त्रीस्वभाव ओळखण्यात तो निष्णात होता! पाहताक्षणी मोहून जावे अशी अत्यंत आकर्षक त्वचा धारण करून मृगरूपाने मारीच सीतेच्या दृष्टीस पडला असता, तर सीतेच्या मनात प्रलोभन उत्पन्न झाल्याविना राहिलेच नसते, असा रावणाचा कयास होता. अशा प्रलोभनात एखादी स्त्री एकदा का गुंतून पडली, तर त्या वेळेपुरता तरी ती सारासार विचार हरवून बसते. आपल्या पत्नीची कोणतीही इच्छा पूर्ण करणे रामाला सहज शक्य होते. एखाद्या मृगाचा पाठलाग करून आपल्या अमोघ बाणाने त्याची शिकार करायची, ह्यात रामाला काही विशेष मोठा पराक्रम करून दाखवायचा नव्हता. एक

सामान्य मृगया होती ती! पत्नीला संतुष्ट करण्यासाठी मृगरूपधारी मारीचाच्या मागे राम गेला की, मारीचाने आपले मायाजाल पसरायचे होते.

रावणाला ह्यात कुठेही अडचण दिसत नव्हती.

झालेही तसेच! रावणाने योजल्याप्रमाणे सारेकाही एका मागून एक सुरळीतपणे घडत गेले. मृगरूपी मारीचाने "हा सीते! हे लक्ष्मणा!" असा राम-स्वरात आक्रोश केला, तेव्हा जवळच दडून बसलेल्या तापस-वेशधारी रावणाला आपल्या कारस्थानाच्या सफलतेबद्दल शंका उरली नाही. लक्ष्मणाच्या विचक्षण बुद्धीला मात्र राम असा आक्रोश करेल हे पटले नव्हते. हे कोणा मायावीने पसलेले भ्रमजाल असावे, असा संशय त्याने व्यक्त केला, त्या वेळी रावणाच्या मनात किंचितशी शंका उत्पन्न झाली. तेवढ्यातच स्त्रीजातीच्या सहज मनोवृत्तीविषयीची त्याची धारणा खरी ठरली. सीतेला एकटी सोडून जाताना लक्ष्मणाची पावले अडखळत होती; परंतु रामाच्या फसव्या किंकाळीने अत्यंत चिंतित झालेल्या दुःखी सीतेने लक्ष्मणाच्या इच्छेविरुद्ध त्याला रामाच्या मदतीला धावून जायला भागच पाडले. रामाच्या साहाय्याला जायचे लक्ष्मण मुद्दामच टाळत आहे, अशी विपरीत शंका मनात आल्याने लक्ष्मणाला उद्देशून तिने उच्चारलेले लागट बोल रावणाच्या कानी पडले. सीतेचे वागणे त्याच्या बेताला अपेक्षेपेक्षाही अधिक अनुकूल होत होते.

त्यानंतर काही क्षणातच सारे घडले. सीतेने गृहस्थधर्माचे यथायोग्य पालन केले आणि तपासवेशधारी रावणाने त्याचा व्यवस्थित गैरफायदा घेतला. अतिथी तापसाचे स्वागत करायला पर्णकुटीबाहेर आलेल्या सीतेला एक क्षणही न दवडता रावणाने उचलून घेतले. तिला काही कळायच्या आतच त्याने लंकेच्या दिशेने प्रयाण केले. काय घडत होते ह्याचे सीतेला भान होताच सीत आक्रोश करू लागली; मदतीसाठी टाहो फोडू लागली.

तोवर रावण पर्णकुटीपासून कितीतरी दूर निघून गेला होता. सीतेच्या किंकाळ्यांचा साधा प्रतिध्वनी ऐकू येण्याची शक्यता मावळली होती.

आपला बेत तडीस गेल्याने रावणाला अत्यानंद झाला. शूर्पणखेने म्हटल्याप्रमाणे खरोखरच सीता अतीव सुंदर होती; परंतु सीतेच्या सौंदर्यापेक्षा एका वेगळ्याच विजयाची धुंदी त्याला चढली होती. एका क्षत्रिय स्त्रीचे अपहरण करून मिळवलेल्या विजयाने आपण जणू शर्मिष्ठा, शची, केकसीसहित अनेक राक्षस स्त्रियांच्या सुडाची तृप्ती करत आहोत असे त्याला वाटले.

'आता रामाशी युद्ध झाले तर खुशाल होवो. त्यात सर्वनाश झाला, तर तोही खुशाल होवो!'

सीतेला शोधून काढण्यासाठी रामाने प्रयत्नांची पराकाष्ठा केली असती, त्यात जराही चालढकल केली नसती, ह्याची रावणाला पूर्ण खात्री होती. लंकाधिपती रावणानेच सीता पळवली हे सत्य रामापर्यंत पोहोचायला फारसा अवधी लागणार नव्हता, हेही तो पुरते जाणून होता. आपल्या पत्नीचे अपहरण कोणी केले ते कळल्यावर रामासारखा वीर योद्धा स्वस्थ बसला असता? खचितच तो लंकेवर चालून गेला असता आणि रावणाच्या तावडीत सापडलेल्या आपल्या धर्मपत्नीच्या मुक्ततेसाठी युद्धाला सज्ज झाला असता. रामाशी युद्ध करावे लागणारच होते, अशी रावणाची मनोभूमिका झालेली होती. शिवाय आपल्या अभेद्य दुर्गावर त्याचा अतोनात विश्वास होता. त्याखेरीज लंकेच्या बाहेरील भागात अति विशाल मैदाने पसरलेली होती आणि त्या मैदानांच्या चहू अंगांनी वर्तुळाकार, उचंबळणारा महासागर होता. आपल्या साहाय्यकांसह राम हा विशाल समुद्र ओलांडून येण्याची शक्यता फारच अंधूक होती. ह्या सगळ्यापेक्षाही महत्त्वाचे म्हणजे लंकावासी जिला मोठ्या प्रेमाने 'लंका-लक्ष्मी' म्हणत त्या देवी लंकिनीचा लंकेच्या दुर्गाभोवती अहर्निश पहारा होता. अत्यंत बिकट परिस्थितीतही ही लंका-लक्ष्मी दिवस-रात्र, अविरत, लंकेच्या दुर्गाभोवती सतत प्रदक्षिणा घालत होती. देवी लंकिनीची नजर चुकवून चिटपाखरूही लंकेत प्रवेश करू शकणार नाही, अशी चोख व्यवस्था होती.

अशा रीतीने रावण एकीकडे युद्धाला उत्सुक होता, तर दुसरीकडे आपली अफाट शक्ती आणि पक्की संरक्षण-व्यवस्था ह्या दोन्हींच्या भरवशावर निश्चिंतही होता.

पंचवटीमधून सीतेला पळवून आणल्यावर रावणाने तिला लंकेच्या अशोक वाटिकेमध्ये ठेवले होते. वाटिकेच्या चारी बाजूंनी बलवान राक्षसांचा जागता पहारा होता. वाटिकेच्या आत ज्या दालनात सीतेला ठेवले होते, तेथे रावणाच्या अत्यंत विश्वासातील हुशार आणि चलाख दासींचा ताफा तिच्या दिमतीला होता. सीतेला

कशाचीही उणीव भासू नये. उलट लंकेची सत्ता-संपत्ती पाहून तिने दिपून जावे अशी सर्व व्यवस्था रावणाने केली होती. सीतेच्या सेवेला तत्पर असणाऱ्या दासींपैकी त्रिजय नावाची दासी सर्वांत अनुभवी आणि शहाणी होती. ह्या त्रिजय दासीकरवी हळूहळू सीतेचे मतपरिवर्तन करता येईल अशी रावणाला आशा होती.

अशोक वाटिकेमध्ये सोडल्यावर रावण सीतेला म्हणाला, ''देवी, येथे तू अगदी सुरक्षित आहेस. पंचवटीमध्ये राम तुझे रक्षण करू शकला नाही, आपल्या पतिधर्माचे त्याने पालन केले नाही; परंतु रावणाच्या ह्या नगरीत तुझ्या केसालाही धक्का लागणार नाही. जितक्या लवकर तू माझ्या इच्छेला अनुकूल प्रतिसाद देशील, तितक्या लवकर तुला स्वातंत्र्य आणि त्यासोबत परमसुख लाभेल.''

''अरे रावणा, धिक्कार असो तुझ्या मनोवृत्तीचा!'' सीता उद्गारली. ''एखाद्या भेकडाप्रमाणे कारस्थान रचून तू माझे अपहरण केले आहेस. पुरुषाला शोभेसे धैर्य दाखवून तू माझ्या पतीचा समोरासमोर सामना केला असतास, तर आत्ता येथे उभा राहून असे नीच शब्द उच्चारायला तू जिवंतही राहिला नसताच. परस्त्रीवर अशी राक्षसी दृष्टी ठेवणारा तू महा-अधर्म आचरतो आहेस.''

''अधर्म?'' विकट हास्य करत रावणाने प्रश्न केला. ''ह्याला तू अधर्म म्हणजेस? स्त्री आणि पुरुष दोघांची निर्मिती त्यांनी एकत्र यावे एवढ्यासाठीच झाली आहे; अर्थात, हे मिलन स्वेच्छेने व्हावे हे इष्टच आहे.''

''दुष्ट राक्षसा, अनिष्टाखेरीज दुसरे काहीच आता तुझ्या वाट्याला उरले नाही. माझ्या पतीच्या तीक्ष्ण बाणांनी तुझा वेध घ्यावा आणि तू मृत्युमुखी पडावास एवढे एकच काय ते इष्ट आहे. परस्त्रीसाठी असले भयंकर मनोरथ बाळगणारा तू माझ्या दृष्टीने अत्यंत निंद्य आणि तिरस्करणीय आहेस.''

''जनकनंदिनी, एक गोष्ट तू विसरतेस. मी राक्षस मातेच्या पोटी जन्माला आलो आहे. परस्त्रीला बळपूर्वक आपलीशी करणे हा तर राक्षसधर्म आहे; परंतु तू भिऊ नकोस. तुझ्या इच्छेविरुद्ध मी तुला स्पर्शही करणार नाही. तू माझी होण्यासाठी प्रतीक्षा करण्याइतका धीर माझ्यापाशी आहे.''

घोळकाभर राक्षसींनी सदैव वेढलेल्या अवस्थेत सीता दिवस कंठत होती. त्या काळात युद्धाच्या प्रतीक्षेत असलेला रावण आपला दुर्ग, लंका-लक्ष्मी आणि आपले सेनानायक ह्यांवर डोळ्यात तेल घालून लक्ष ठेवून होता.

रावणाने आपली दीर्घकालीन योजना अतिशय दूरदृष्टी ठेवून, विचार कर-करून आखली होती. तरीही रामाचा दूत म्हणून हनुमान लंकेत प्रवेश करेल ह्या शक्यतेला त्या योजनेत थारा नव्हता. रामाचा संदेश घेऊन, समुद्र उल्लंघून हनुमान लंकेच्या दुर्गापाशी पोहोचला, तेव्हा सांज ढळली होती. काळोख झपाट्याने गडद होत होता. थोड्या अंतरावर समुद्राच्या लाटा गर्जना करत उचंबळत होत्या.

दुर्गाभोवतालच्या दाट वनराजीत घुबडा-वटवाघळांसारख्या पक्ष्यांची फडफड शांत झाली होती. जरा थांबून हनुमानाने नजर पोहोचेल तेथवर दुर्गाचे निरीक्षण केले. रात्रीचा अंधकार पुरता गाढ झाल्यावर तो उत्तरेकडे चालू लागला. थोडे अंतर चालून गेल्यावर तो लंकेच्या दुर्गाच्या उत्तर-द्वारापाशी पोहोचला. द्वार बंद होते; परंतु दुर्गाच्या तटावरून उडी मारून आत शिरणे हनुमानाला मुळीच कठीण नव्हते. मनातल्या मनात दुर्गाच्या उंचीचा अंदाज बांधत असलेल्या हनुमानाची नजर तटाच्या भिंतीच्या टोकावर खिळली होती. तेवढ्यात अधिकारवाणीने उच्चारलेले शब्द त्याच्या कानांवर आदळले.

"अरे वानरा, कोण रे तू? आणि ह्या दुर्गाचे काय म्हणून निरीक्षण करतो आहेस? काय, उद्देश काय आहे तुझा?"

हनुमानाने दचकून आवाजाच्या दिशेने पाहिले. क्रुद्ध चेहऱ्याने अतिशय संतप्त स्वरात प्रश्न करणारी लंका-लक्ष्मी त्याच्या अगदी निकट येऊन उभी होती.

"हे देवी, मला ह्या नगरीबद्दल अपार कुतूहल आहे. ह्या नगरीची रचना अद्भुत असल्याचे ऐकल्याने केवळ जिज्ञासेपोटी मी निरीक्षण करायला आलो आहे."

"लंकाधिपती राक्षसराज रावणाच्या अनुज्ञेविना ह्या नगरीत कोणीही प्रवेश करू शकत नाही. तुला आपले प्राण प्रिय असतील, तर तू ताबडतोब येथून निघून जा. नाहीतर माझ्या हातून तुझा मृत्यू निश्चित समज."

"हे कल्याणी, साधे निरीक्षण करावे एवढाच माझा उद्देश आहे. निरीक्षण पूर्ण होता क्षणीच मी निघून जाईन. एवढी माझी इच्छा पूर्ण होऊ द्या. तुम्ही उगाच आड येऊ नका."

असले वाद घालत बसण्याइतकी सहनशक्ती लंका-लक्ष्मीपाशी नव्हतीच. तिने हनुमानाच्या गालावर एक सणसणीत चपराक लगावली.

"रे माकडा, हा केवळ इशारा समज. एवढ्याने जर तू येथून निघून गेला नाहीस, तर माझा दुसरा प्रहार तुला थेट मृत्यूच्या दारात नेईल, लक्षात ठेव."

लंका-लक्ष्मीला तिचा दुसरा प्रहार करण्याची हनुमानाचे संधीच दिली नाही. लंका-लक्ष्मीला काही कळायच्या आतच हनुमानाने आपल्या मुठीच्या एका जोरदार प्रहाराने तिचा जबडा तोडून टाकला. तिच्या मुखावरून भळाभळा रक्त वाहू लागले. दुर्गाचे रक्षण करणाऱ्या ह्या देवीशी प्रचंड युद्ध करावे लागणार, असे हनुमानाला वाटले होते; परंतु घडले वेगळेच! रक्तमाखल्या अवस्थेतच लंका-लक्ष्मी हनुमानाच्या चरणांशी बसून अतिशय मृदू स्वरात म्हणाली, "हे कपिवर, तुमच्यामुळे आज माझी मुक्तता झाली आहे. ब्रह्मलोकी मी विजयलक्ष्मी म्हणून पितामह ब्रह्मांच्या संपत्तीचे रक्षण करत असे; परंतु एकदा मी कर्तव्यच्युत झाल्यामुळे पितामहांनी मला शाप दिला आणि लंकेचे रक्षण करायला पृथ्वीवर पाठवून दिले. पितामहांनी शाप

दिला खरा, परंतु नंतर मोठ्या मनाने उ:शापही दिला. ते म्हणाले, ‘जेव्हा एखाद्या वानराच्या हातून तुझा चेहरा तोडला जाईल, तेव्हा तू शापमुक्त होशील.’ आज ती मुक्तीची घडी आली आहे असे दिसते. वानरवीरा, शापमुक्त करून तू मला उपकृत केले आहेस.’’

पाहता पाहता लंका-लक्ष्मी तेथून अदृश्य झाली.

हनुमानाने लंकेत प्रवेश केला. रात्रभर त्याने लपतछपत सर्वत्र सीतेचा शोध घेतला. अशोकवाटिकेत अतिशय दीनपणे बसलेली सीता त्याच्या दृष्टीस पडली तेव्हा पहाटेचा सुमार झाला होता. सीतेवर पहारा करणाऱ्या राक्षसींची नजर चुकवून मोठ्या खुबीने त्याने सीतेशी संवाद साधला. रामाने दिलेली मुद्रिका त्याने सीतेला दिली. अजून पूर्णपणे उजाडले नव्हते. प्रभात समयीचा उज्ज्वल प्रकाश पृथ्वीतलावर पसरला नव्हता. त्या संधीचा फायदा घेण्यासाठी हनुमानाने सीतेला सुचवून पाहिले, ‘‘माते, तुम्ही माझ्या पाठीवर आरूढ झालात, तर तुमची ह्या बंदिवासातून सुटका करून मी अगदी थोड्या वेळातच तुम्हाला श्रीरामांपाशी घेऊन जाईन.’’

‘‘कपिवरा, तुझ्या पाठीवर बसून इथून सुटका करून घेण्याने अनर्थच ओढवेल. तुझ्या स्वभावसहज अधीरतेमुळे तू असे सुचवत आहेस; परंतु तू म्हणतोस ते कृत्य करण्याजोगे नाही.’’

‘‘ते कसे माते?’’ हनुमानाने आश्चर्याने विचारले.

‘‘एक रावण सोडला, तर दुसऱ्या कोणाही परपुरुषाचा आजपर्यंत मला स्पर्श घडलेला नाही. रावणाचा स्पर्श घडला त्याला माझा अगदी नाइलाज होता. पुत्रवत असलास, तरी तू परपुरुष आहेस. तुझ्या पाठीवर आरूढ होणे म्हणजे स्वेच्छेने परपुरुषाला स्पर्श करण्यासारखेच आहे.’’ आपले म्हणणे अधिक स्पष्ट करत सीता बोलू लागली. ‘‘शिवाय, रात्रीच्या अंधाराचा फायदा घेऊन एखादी चोरी करावी तशी तू माझी सुटका केलीस, तर त्यात माझ्या पतीचा पराक्रम कुठेच दिसत नाही. माझ्या अपहरणामुळे रामांच्या पौरुषाला लागलेला कलंक जसाच्या तसा राहतो.’’

सीतेच्या ह्या बिनतोड मुद्यापुढे हनुमान निरुत्तर झाला.

सूर्योदय झाला. सूर्याची प्रभा सर्वत्र फाकली. अशोकवाटिका सूर्यप्रकाशाने उजळली आणि हनुमानाने अशोकवाटिकेत धुमाकूळ घालायला आरंभ केला. अशोकवाटिकेच्या रेखीव सौंदर्याची नासधूस होऊ लागली. मनात आणले असते, तर कोणाच्याही नकळत तो गुपचूप तेथून सहज निसटू शकला असता; परंतु आपण निर्वेधपणे येथवर येऊन पोहोचलो, एवढेच नव्हे, तर साक्षात लंका-लक्ष्मीचा नाशही आपणच चुटकीसरसा करून टाकला, हा संदेश रावणापर्यंत पोहोचवलाच पाहिजे, असे त्याला मनापासून वाटले. रावण आपल्या लंकेच्या अभेद्यतेबद्दल कितीही गमजा मारत असला, तरी रामाचे हात इतके समर्थ होते

की, रावणाचा विनाश करून सीतेला सुरक्षितपणे लंकेबाहेर नेणे रामाला मुळीच कठीण नव्हते, हा संदेशही रावणाला मिळालाच पाहिजे असे त्याने ठरवले. हे संदेश रावणापर्यंत हमखास पोहोचवण्याचा एकच मार्ग होता – अशोकवाटिकेतल्या राक्षस-प्रहरींचा वध करायचा. वाटिका पूर्णपणे उद्ध्वस्त करायची!

हनुमानाने केलेही तसेच! वाटिकेच्या विध्वंसाची वार्ता कळल्याने संतापलेल्या रावणाने हनुमानाला पकडून आणण्यासाठी आणखी काही राक्षस सेनानी त्याच्यावर सोडले. हनुमानाने त्यांनाही पराभूत करून टाकले. अखेरीस रावणपुत्र मेघनाद हनुमानाला पकडण्यात यशस्वी झाला. मेघनादाने त्याला पाशबद्ध करून रावणापुढे हजर केले.

"लंकेवर आक्रमण करण्याच्या दुष्कृत्याबद्दल ह्या वानराचा आत्ता, ह्या क्षणी वध करा." क्रुद्ध रावणाने आज्ञा दिली.

"लंकाधिपती ज्येष्ठ बंधो," सभागृहात बसलेल्या बिभीषणाने नम्रपणे म्हटले, "हा कपिवर रामाचा दूत बनून सीतेचा शोध घेण्यासाठी लंकेत आला आहे. कोणत्याही परिस्थितीत दूताचा वध करू नये, असे शास्त्र सांगते. वेदवेदागांचा तुमचा गाढा अभ्यास आहे. दूताच्या वधाचा कलंक माथी का ओढवून घेता?"

"दूत?" विजयी मेघनादाने प्रश्न केला. "वानराला कोण दूत म्हणेल? दूत असे शत्रूच्या नगरीत गुपचूप प्रवेश करत नसतात. शिवाय ह्याने अशोकवाटिकेचा संहार केला आहे. अशी कुकर्मे करणे हा दूतधर्म असतो काय? ह्या वानराचा तत्काल वध करणे हाच उचित न्याय आहे."

"युवराज इंद्रजिताच्या म्हणण्याशी मी सहमत आहे." सभागृहातल्या आणखी एका राक्षस-वीराने मेघनादाला दुजोरा दिला. "ह्या वानराला दूताचा नव्हे, तर गुप्तचराचा न्याय लावला पाहिजे. गुप्तचराचा वध करणे न्यायाला धरूनच आहे."

सभेमध्ये मांडले गेलेले दोन्ही तर्क रावणाने ऐकले. तो विचारात पडला. दूत नेहमी अवध्यच असतो, ह्या बिभीषणाच्या तर्कात तथ्य होते; पण हनुमानाने केलेल्या दुष्कृत्यांना दूतकर्म म्हणताच आले नसते. एखाद्या गुप्तचराला शोभेशी राजकारणी कृत्ये होती ती! अशा गलिच्छ राजकारणाला तशाच भाषेत उत्तर देण्यात काहीही अयोग्य नव्हते. उलट हनुमानाचा वध करून टाकला असता, तर रामालाही अप्रत्यक्ष धडा शिकवल्यासारखे झाले असते. रावणाशी दोन हात करायचे म्हणजे साधीसुधी, सोपी गोष्ट नव्हती, हे त्याला दाखवून देता आले असते.

कदाचित असेही झाले असते –

रावणाच्या अफाट सामर्थ्याची कल्पना येऊन रामाने सीतेला मुक्त करण्याचे साहसच केले नसते. सीतेच्या सुटकेचा विचार त्याने सोडून दिला असता. रावणाशी युद्ध म्हणजे अटळ सर्वनाश! दुसरे काही नाही, हे लक्षात आल्याने युद्धाचा बेतच

त्याने मनातून काढून टाकला असता. असे झाले असते तर... तर....

रावणाच्या मनाची द्विधा अवस्था झाली. युद्धाची सिद्धता करून राम लंकेच्या सीमेशी आला, तरच बरे असे त्याला वाटू लागले. 'सीतेला बळजबरीने लंकेत पळवून आणून आपण राक्षस-कुलांवरचा कलंक धुतलाच होता. आता एकदा रामाला पराजित करून टाकले की, स्वत:च्या अभिजाततेचा अहंकार बाळगणाऱ्या एकूण एकांना कधी विसरता न येण्याजोगा धडा शिकवता येईल. नाहीतरी थेट इंद्राच्या अमरापुरीपर्यंत धडक मारून देवेन्द्राला मेघनादाने पराभवाचे खडे चारलेच होते. इन्द्रावरच्या ह्या विजयामुळेच मेघनादाला 'इंद्रजित' हे बिरुद मिळाले होते. देवांपेक्षा राक्षसांचे सामर्थ्य अधिक असल्याचे पुत्राने सिद्ध करून दाखवले होते. युद्धाच्या केवळ धमकीसरशी वैश्रवणाकडून लंका परत मिळवून ह्याआधीच आपण यक्षांचा पराभव केला होता. आता युद्धाच्या ह्या सुवर्णसंधीचा फायदा घेऊन रामाला पराभूत केले की, क्षत्रिय आणि ब्राह्मणही आपल्यापुढे नतमस्तक होतील ह्यात यत्किंचितही संदेह नाही. मग अशी अमूल्य संधी का म्हणून दवडायची?'

रावणाचा असा विचार होतो न होतो तोच दुसरा विचारही तेवढ्याच त्वरेने त्याच्या मनात उत्पन्न झाला. युद्धाचा निकाल काय लागेल हे कधीच सांगता येत नाही हे कळण्याइतका तो सुजाण होता. शेवटी युद्ध ते युद्धच! 'आपला अदमास चुकला आणि लंकेच्या राक्षसी सामर्थ्याचा रामाच्या हातून पराभव झाला तर....'

ते अगदीच अशक्य नव्हते.

रामाच्या शौर्याच्या आणि पराक्रमाच्या ज्या गाथा रावणाने आजवर ऐकल्या होत्या त्या पाहता रामही कदाचित विजयी होऊ शकतो असा निष्कर्ष निघत होता. किष्किंधापती वालीचा वध करून रामाने सुग्रीवाचे बलिष्ठ सैन्यही अपल्याकडे वळवून घेतले होते. किष्किंधापतीचे सामर्थ्य रावणाला माहीत होते. वालीच्या हातून पराजित होण्याची नामुष्की एकदा रावणाच्या वाट्याला आली होती. 'ह्याच वालीचा भाऊ सुग्रीव आणि हनुमानादी त्याचे शक्तिशाली सेनानायक ह्यांच्याशी झुंजायचे असेल तर....तर काय होईल? फार तर आपण पराजित होऊ. आपला वधही होईल. म्हणून काय अभिजाततेचा अहंकार उखडून टाकायची चालून आलेली सुवर्णसंधी अशी हातची जाऊ द्यायची? राक्षसांवर पिढ्यान् पिढ्या अन्याय करत आलेल्या ह्या सगळ्यांशी संघर्ष करण्याविना दुसरा विकल्पच नाही!'

"महाराज," बिभीषणाच्या आवाजाने रावणाचे विचारचक्र थांबले. "दूत म्हणून हनुमान अवध्य असला, तरी गुप्तचर म्हणून तो शिक्षेला पात्र आहेच. धर्माचे उल्लंघनही न व्हावे आणि हनुमानाला उचित शिक्षाही घडावी, असा मध्यममार्ग मला सुचतो आहे. दूताला शारीरिक इजा करण्याने धर्माचे उल्लंघन होत नाही. वानरांना आपले पुच्छ अतिशय प्रिय असते. हनुमानाचे शेपूट पेटवून दिले, तर

धर्मरक्षणही होईल आणि शेपटाविना हा वानर जिवंत असून मेल्यातच जमा होईल.''

बिभीषणाची सूचना समग्र सभेने उत्साहाने उचलून धरली. रावणानेही त्या सूचनेला आपली संमती दर्शवली. सेवक पुढे झाले. त्यांनी हनुमानाची बंधने सैल केली. आग लावण्याची सर्व सिद्धता केली आणि हनुमानाचे शेपूट त्यांनी पेटवून दिले.

राक्षस-सभेच्या अंदाजापेक्षा हनुमान अधिक चलाख आणि चपळ होता. शेपटावर आगीची ज्वाळा प्रगट होताच हनुमानाने आपली प्रचंड ताकद एकवटून तेथून दूरवर असलेल्या उंच इमारतीच्या गवाक्षापर्यंत उड्डाण केले. राक्षसांची सभा त्या अनपेक्षित उड्डाणाने स्तिमित झाली. काय घडते आहे ह्याची सगळ्यांना जाणीव झाली. नगरीच्या मोठमोठ्या प्रासादा-महालांच्या सौधांवरून उड्या मारून मारून चहूकडे अग्निज्वाळांचा हाहाकार माजवणाऱ्या हनुमानाला धरायला रावणाचे अनुचर धावू लागले. राक्षस-वीरांचे उत्तुंग महालच नव्हे, तर त्यांचे परिवार-जन, स्त्रिया, आबालवृद्ध सर्वच अग्निज्वाळांनी वेढले गेले. हनुमानाला धरण्याच्या उद्देशाने सरसावलेल्या सैनिकांना आता त्याला पकडण्यापेक्षा तूर्त आपापल्या घरांना लागलेली आग विझवण्याचे आणि आगीत होरपळणाऱ्या आपल्या आप्तांना वाचवण्याचे अधिक महत्त्व वाटू लागले. सभागृहातल्या आणि त्याबाहेर चारी बाजूंना उभ्या असलेल्या सैनिकांत प्रचंड घबराट पसरली. सगळ्यांना भयंकर चिंता वाटू लागली. सर्वांचे लक्ष फक्त आपापल्या कुटुंबा-परिवारांवर केंद्रित झाले. सर्वत्र अभूतपूर्व अंदाधुंदी माजली. ह्या सगळ्या गोंधळातून सावरून रावण, इंद्रजित अथवा इतर कोणा श्रेष्ठ राक्षसवीराच्या हाती सापडण्यापूर्वीच हनुमान तेथून अदृश्य झाला होता. लंकानगरीतील निःशस्त्र नगरजनसुद्धा हताहत झाले होते. पाहावे तिकडे भयभीत झालेल्या स्त्रिया, बालके, वृद्ध दृष्टीस पडत होते. त्यांच्या आर्त किंकाळ्यांखेरीज दुसरे काहीच ऐकू येत नव्हते.

आपल्या विरोधात रामाला किष्किंधेचे साहाय्य लाभले, ही अनपेक्षित घटना समजल्यानंतरही त्याबद्दल रावणाला फारशी चिंता वाटली नव्हती. वालीने एकदा केव्हातरी त्याचा पराभव केला असला, तरी आता वालीच जिवंत नव्हता. वालीवधानंतर सुग्रीव आपल्या सैन्यासह रामाला जाऊन मिळाला होता आणि ते वानरसैन्य रामाला मदत करायला सज्ज झाले होते, ह्याचेही रावणाला काहीच भय वाटत नव्हते. लंकेचे शक्तिशाली राक्षस ह्या वानरसैन्याला सहज पुरून उरतील, ह्याची त्याला मुळीच शंका नव्हती.

रावणाचा अदमास चुकला होता. राम आपल्या वानरसैन्यासह अफाट महासागर ओलांडून लंकेच्या भूमीवर येऊन ठेपला आहे, ही वार्ता त्याच्या गुप्तचरांनी त्याच्या कानावर घातली, तेव्हा मात्र त्याच्या निर्धास्त भरवशाला तडा गेला. त्याला काळजी वाटावी असेच घडले होते. परभूमीवरून येऊन लंकेवर आक्रमण करणे सोपे नव्हते. लंकेच्या सभोवतालचा विशाल महासागर ओलांडून कोणतेही सैन्य लंकेच्या भूमीवर उतरू शकेल, ही गोष्ट अवघडच नव्हे, तर अशक्य आहे, अशी रावणाची दृढ समजूत होती. हनुमानासारखा एकटादुकटा योद्धा एक वेळ समुद्र उल्लंघून येऊ शकला असता; परंतु समग्र सैन्य आपल्या शस्त्र-संभारासह एवढा मोठा महासागर पार करू शकते, हे त्याला स्वप्नवत् वाटत होते. आपल्या लंकेला एखाद्या कवचासारखे अभेद्य संरक्षण लाभले आहे, ह्यावर त्याचा नितांत विश्वास होता. रामाच्या सैन्याने समुद्र ओलांडला आहे, आपापल्या शस्त्र-सरंजामानिशी हजारो सैनिकांनी लंकेला वेढा घातला आहे, हे कळल्यावर रावण अस्वस्थ झाला. आपल्या शक्तीची आणि लंकेच्या राक्षसी सामर्थ्याची त्याला स्वतःला यथातथ्य जाणीव होती; पण नव्याने उद्भवलेल्या विलक्षण परिस्थितीच्या पार्श्वभूमीवर संभाव्य युद्धाबद्दल आपल्या अमात्य गणांशी चर्चा करण्यासाठी त्याने सभा बोलावली. वानर सैन्याने अनपेक्षितपणे टाकलेल्या विजयी पावलामुळे जसा त्याच्या मनात

चिंतेचा शिरकाव झाला होता, तसेच इतर राक्षस सेनानायकही चिंतित झाले होते, हे रावणाला माहीत झाले होते. प्राप्त परिस्थितीला तोंड द्यायला काय करावे, अशी त्यांच्यात कुजबुज सुरू होती, हेही त्याने ओळखले होते.

रावणाने सीतेचे हरण केले, त्या क्षणापासूनच बिभीषणाच्या मनात ह्या योजनेबद्दल शंका होती. राक्षस-कुल आणि त्याचा परिवार ह्या सगळ्यांपेक्षा तो स्वभावत:च भिन्न होता. शक्यतो कोणत्याही प्रकारचा संघर्ष टाळण्याची त्याची वृत्ती होती. ज्येष्ठ बंधू रावण लंकेचा अधिपती आणि स्वत: त्याच्या परिवारातील लंकावासी, असे असल्याने रावणाचा स्वभाव, त्याचे वर्तन, त्याची अनेक कृत्ये मान्य नसली, तरी स्पष्टपणे विरोध करण्याऐवजी बिभीषण एक तर गप्प राहत असे अथवा अगदी मवाळपणे आपली नाराजी व्यक्त करत असे. रावणाच्या अंत:पुरात कितीतरी स्त्रिया होत्या हे बिभीषणाला माहीत होते. इतर राक्षस वीरही एकापेक्षा अधिक पत्नी असणे हा स्वत:चा मोठा गौरव मानत. ह्यात गौरव मानण्यासारखे काय, आहे हे बिभीषणाला कळत नव्हते. रावणपुत्र इंद्रजिताची मनोवृत्ती पित्यासारखीच अहंकारी आणि आक्रमक होती. त्यामुळे बिभीषणाचा इंद्रजितावरही एक प्रकारचा रोष होता. सीतेसारख्या एका परस्त्रीसाठी समस्त राक्षस परिवाराने रक्त सांडायला तयार व्हावे आणि लंकेचे राज्यच विनाशाच्या उंबरठ्यावर आणून सोडावे, हे बिभीषणाला अजिबात आवडले नव्हते. रामाचा गुप्तहेर म्हणून हनुमानाने लंका-लक्ष्मीचा नाश केला, राक्षसांच्या डोळ्यांदेखत अशोकवाटिकेत विध्वंस मांडला, सुवर्णपुरी लंकेत प्रचंड जाळपोळ केली, ही येऊ घातलेल्या अरिष्टाची स्पष्ट सूचना होती. बिभीषणाला कसेही करून संभाव्य युद्ध टाळायचे होते.

"बंधो रावणा," सभेमध्ये आपले मन मोकळे करत बिभीषण सर्वप्रथम बोलला. "रामावर विजय मिळवणे तुला वाटते तेवढे सोपे नाही. विश्वामित्रांच्या यज्ञात रामाने त्राटिकेचा वध केला, मारीचाला शेकडो योजने दूर पळवून लावले, जनक राजाचे शिवधनुष्य भंग केले, महा काळाचे जणू साक्षात रूपच अशा परशुरामांना शांत केले, खर-दूषणांसहित आपल्या चौदा हजार राक्षसांना त्याने एकहाती पराभूत केले आणि आजवर आपण जे असंभव समजत होतो ते समुद्र उल्लंघनासारखे अति दुष्कर कार्यही त्याने संपन्न केले आहे."

"वा! परमपूज्य काका, वा!" इंद्रजित हास्याचा गडगडाट करत बोलू लागला. "तुमचे शब्द ऐकून असे वाटायला लागले आहे की, तुम्ही अत्यंत भित्रे तरी आहात किंवा मग हनुमानानंतर रामाने पाठवलेले रामदूतच आहात! परंतु लक्षात ठेवा, रामाची अशी स्तुती केली म्हणजे सर्वच राक्षस भयभीत होतील, अशी जर तुमची समजूत असेल, तर ती पूर्णपणे चुकीची आहे. तुमच्या शब्दांनी राक्षस घाबरून जाणार नाहीत."

‘‘इंद्रजिता,’’ समजवणीच्या स्वरात बिभीषणाने म्हटले, ‘‘तू अजून लहान आहेस. मी रामाची व्यर्थ स्तुती करत नसून वास्तव परिस्थिती काय आहे, ह्याकडे सर्वांचे लक्ष वेधतो आहे. राक्षसांच्या, विशेषत: लंकाधिपती ज्येष्ठ भ्राता रावणाच्या कल्याणासाठी मी हे सांगतो आहे.’’

‘‘पुरे कर बिभीषणा, खूप झाले!’’ प्रहस्त म्हणाला, ‘‘असेच भीत राहिले, तर आपण आजपर्यंत प्राप्त केलेली कीर्ती धुळीला मिळेल. भेकडांच्या हातून पराक्रम घडत नसतो. त्या दिवशी तूच आम्हाला हनुमानाचा वध करू दिला नाहीस. त्यानंतर घडलेल्या अनार्थालाही तूच कारणीभूत आहेस.’’

‘‘ह्या सगळ्या राक्षस वीरांचे म्हणणे सत्यच आहे बिभीषणा!’’ रावणाने प्रथमच आपले मनोगत व्यक्त केले. ‘‘जी लंका आपण शस्त्रबळाच्या आधारे मिळवली होती त्या लंकेचे रक्षणही आता शस्त्राची भाषा वापरूनच केले नाही, तर मातासह सुमालीप्रमाणे आपणही राज्यविहीन होऊ! निर्वासितांसारखे भटकत राहणे आपल्याही नशिबी येईल.’’

‘‘तशी वेळ न यावी म्हणूनच म्हणतो बंधो, तू रामाशी समेट कर. सीतेला तू येथे घेऊन आलास ते एखाद्या वीराने आणावे तसे नव्हते. एक कपट कारस्थान रचून...’’

‘‘खबरदार बिभीषणा!’’ दोन-चार राक्षस सेनानायक रागाने थरथरत उठून उभे राहिले. ‘‘तू आपली मर्यादा ओलांडत आहेस.’’

बिभीषणाने चहूकडे पाहिले. बहुतेक सर्वांच्याच चेहऱ्यावर त्याच्याबद्दलची तीव्र नाराजी उमटलेली त्याला दिसली. बिभीषण विचारात पडला. ‘आपल्याला जे सत्य उमगले आहे, जी गोष्ट लंकेच्या, रावणाच्या आणि एकूणच राक्षस परिवाराच्या खरोखरच हिताची वाटते आहे, ते सत्य, ती गोष्ट येथे कोणीही मान्य करणार नाही.’ ह्याची त्याला खात्री पटली. रामाशी युद्ध करावेच लागले, तर त्या युद्धात लंकेचा विजय होण्याची सुतराम शक्यता नाही, असे त्याला मनापासून वाटत होते. मुळात, युद्ध व्हायचे जे कारण होते, तेसुद्धा लंकेच्या दृष्टीने न्याय्य नव्हते; लंकेचा पक्ष अन्यायाचा आणि अनीतीचा आहे असेच त्याचे मत होते. अशा परिस्थितीत, युद्ध टाळले नसते, तर राक्षस-कुलांचा विनाश अटळ होता, हे त्याला स्पष्टपणे दिसत होते.

बिभीषणाची अवस्था कठीण झाली होती. त्याच्या डोळ्यापुढे उभे राहिलेले चित्र असह्य होते. लंका पराजित झाली, राम विजयी ठरला असता तर....

किष्किंधेवर विजय मिळल्यानंतर रामाने किष्किंधेचे राज्य हस्तगत केले नव्हते. किष्किंधेच्या अंत:पुरातल्या एकाही स्त्रीकडे नजर वर करून पाहिले नव्हते. मृत्यू पावलेल्या राजा वालीचा कनिष्ठ बंधू आणि किष्किंधेवर ज्याचा वैध अधिकार होता,

त्या सुग्रीवाच्या हाती त्याने राज्य सोपवले होते.

आता किष्किंधेप्रमाणेच लंकेचे भविष्यही जर रामाच्याच हाती सापडले असते, तर....

लंकाधिपती रावणालाही तसाच रामाच्या हातून मृत्यू आला असता तर....

'येथे उपस्थित असलेले कुंभकर्ण, इंद्रजित, अकंपन, प्रहस्त इत्यादी राक्षस कितीही पराक्रमी असले, तरी रामाविषयीच्या वैरभावनेने प्रेरित झालेले राक्षस गण येथे शांतीचे साम्राज्य स्थापित होऊ देणार नाहीत. लंकेच्या शांतिप्रिय निरपराध नागरिकांना ह्या युद्धामुळे विनाकारणच सतत विनाशाच्या भयंकारी छायेत आयुष्य कंठावे लागेल. हे सगळे जर थांबवायचे असेल, तर जसा सुग्रीवाने रामाचा पक्ष स्वीकारला आणि वालीवधानंतर किष्किंधेचे राज्य रामाने सुग्रीवाला सुपूर्द केले तसे आपणही जर....'

बिभीषणाची दृष्टी रावणाच्या सिंहासनाकडे गेली. असंख्य रत्नांनी सुशोभित, देदिप्यमान सिंहासनावर रावण विराजमान झाला होता. आजपर्यंत अगणित वेळा बिभीषणाने ते सिंहासन पाहिले होते; परंतु आज त्याला ते काही वेगळेच भासू लागले होते. 'रावणाऐवजी आपणच त्या सिंहासनावर का बसू नये?'

हाच क्षण, हा एकच क्षण निर्णायक होता! काय घ्यायचा तो निर्णय त्याच वेळी घ्यायला हवा होता. तो निर्णय केवळ एकट्याच्या स्वार्थासाठी घ्यायचा नव्हता. राक्षस-कुलांच्या भावी पिढ्यांना सुरक्षितता, शांती लाभावी ह्यासाठीसुद्धा तोच निर्णय घ्यायची गरज होती. तोच क्षण, एवढा एकच क्षण होता. हा क्षण हातून निसटला असती, तर....

''महाराज दशानन रावण!'' बिभीषणाच्या मुखातून शब्द निघाले. ''मी जे काही करत आहे, ते भयापोटी करत नसून आपल्या सर्वांच्या कल्याणासाठीच करत आहे. अजूनही वेळ गेलेली नाही. सीतेची रामाकडे पाठवणी करून आपण सर्व विनाशाच्या खाईतून अजूनही बाहेर येऊ शकतो.''

''धिक्कार असो, धिक्कार असो!'' सभेतून पुकारा झाला.

''पूज्य काकाश्री!'' इंद्रजिताचा खडा आवाज वातावरणात घुमला. ''राक्षसकुलावरचा साक्षात कलंक आहात तुम्ही! मी एकट्याने माझ्या एकट्याच्या बळावर प्रत्यक्ष देवराज इंद्राला पराभूत केले ते विसरलात काय? अशा 'इंद्र-जित' राक्षसवीराला तुम्ही 'लहान आहेस' म्हणता? तुम्हाला मंदबुद्धी म्हणावे की दुष्टबुद्धी? तुमची कीव करावी की तुमच्यावर राग धरावा?''

बिभीषणच्या शब्दांनी पुन्हा एकदा सभेत हाहाकार माजला. कित्येक राक्षसवीरांचे हात आपापल्या शस्त्रांकडे गेले.

''बिभीषण खरोखरच आपल्या राक्षसकुलावरचा कलंक आहे.'' निर्णायक

स्वरात रावण मोठ्याने बोलू लागला. ''राज्य, देश, परिवार, कुल ह्या सगळ्यांच्या स्वाभिमानाचे रक्षण करायला सिद्ध होण्याऐवजी हा बिभीषण शरणागती पत्करायची भाषा करतो आहे. त्याची निंदा न करावी तर काय करावे? तो निंदेलाच पात्र आहे.''

बिभीषणाने क्षणमात्र विचार केला. त्याचा निर्णय झाला. हाच तो अंतिम क्षण. आपल्या आसनावरून उठून उभा राहत तो गरजला, ''असेच असेल, तर राक्षसवीर हो, हा बिभीषण तुम्हा सर्वांचा ह्या क्षणी त्याग करत आहे. एका असहाय परस्त्रीला फसवून पळवून आणायचे, नंतर तिच्यासह विलासात रममाण व्हायचे आणि तेवढ्यासाठी समग्र राष्ट्राचा संहार होऊ द्यायचा, ह्याला धर्म म्हणत नसतात. मी ह्याला कदापी धर्म मानणार नाही. हा खचितच अधर्म आहे; आणि म्हणूनच, माझ्या धर्माचे रक्षण व्हावे म्हणून मी तुम्हा सर्वांचा त्याग करत आहे.''

सभेत एकच गोंधळ उडाला. जो तो बोलू लागल्याने प्रचंड कोलाहल माजला. आपापले आसन सोडून सगळे उठले. संपूर्ण सभेची दृष्टी रावणावर खिळली. रावण मात्र अतिशय शांतपणे आपल्या सिंहासनावर बसून होता. अधिकारवाणीने तो म्हणाला, ''ह्या देशद्रोही, कुलद्रोही बिभीषणाला कोणीही थांबवू नका. त्याला आत्ताच्या आत्ता येथून हाकलून द्या.''

बिभीषणाने सभात्याग केला. युद्ध करण्याचा राक्षसवीरांचा निर्धार दृढ झाला. युद्ध होणारच, असा निर्णय घेतला गेला. रावण मात्र अधिक विचारमग्न झाला. लंका त्यागून बिभीषण शत्रुपक्षाला जाऊन मिळाला, तर त्या घटनेचे दीर्घ कालीन परिणाम काय होतील ह्याचा तो वेध घेऊ लागला. लंका नगरीत राक्षसांनी पुन:प्रवेश केल्यादिवसापासून बिभीषण राजपरिवारातील एक म्हणून लंकेत राहत होता. सभेत बिभीषण जे काही बोलला होता तेवढ्याने संतप्त होऊन रावणाने त्याला हाकलून देण्याचा निर्णय घेऊन टाकला. तथापि क्रोधाचा आवेश शमल्यावर तो त्या घटनेच्या दूरगामी परिणामांचा विचार करण्यात गढून गेला.

ज्या कारणावरून बिभीषणाने आपला विरोध प्रगट केला होता, ते कारण अगदीच ढोबळ आणि वरवरचे होते. सर्वसामान्य राक्षस गणांना वाटत होते, तसे रावणाची सौंदर्य-लोलुपता हे सीता-हरणामागचे खरे कारण नव्हतेच. रावणाच्या मनात देव, गंधर्व, ब्राह्मण आणि क्षत्रिय ह्यांच्या विषयी असणाऱ्या वैरभावनेची अंशमात्रसुद्धा कल्पना त्या राक्षससभेला नव्हती.

बिभीषण म्हणत होता तो संभाव्य परिणाम म्हणजे रावणाचा पराजय अशक्य नव्हता. रावणासारख्या बुद्धिमान योद्ध्याला ह्या गोष्टीची कल्पना आल्याशिवाय कशी राहिली असती? युद्धाचा निकाल नेहमीच, अगदी शेवटच्या क्षणापर्यंत अनिर्णित राहत असतो. वालीच्या हातून रावण पराजित होऊ शकतो किंवा मेघनादाकडून शतक्रतू देवराज इंद्राला पराजय स्वीकारावा लागतो, तर मग उद्या

राम-रावण युद्धात कोणासाठी काय वाढून ठेवले होते ते कोण सांगू शकले असते?

रावणाला वाटले, 'होऊन होऊन काय होईल? फार तर त्याचा पराजय होईल. समजा, झाला तर? तर पुढे काय? एवढ्या मोठ्या संहाराचा मी धोका पत्करला; विनाशाची जबाबदारी शिरावर येईल ह्याची तमा बाळगली नाही, ती काय कुठलीतरी क्षुल्लक, किरकोळ महत्त्वाकांक्षा पार पडावी म्हणून? ह्या साहसामागच्या उदात्त उद्देशाच्या पूर्तीसाठी एकच काय, अशा अनेक सीतांचा बळी गेला; एक काय, हजार रावणांचा बळी द्यावा लागला, तर खुशाल लागो; पण शतकानुशतके राक्षस स्त्रियांना अपमानित ठेवणाऱ्या, अभिजाततेचा अहंकार मिरवणाऱ्यांना धडा शिकवलाच पाहिजे. हाच माझा धर्म!'

बिभीषण शत्रुपक्षाला जाऊन मिळाला असता, तर पुढील युद्ध जिंकणे रावणाला अधिकच बिकट झाले असते. लंकेतील गुप्त वाटा, सैन्याची अनेक गुपिते बिभीषणाला ज्ञात होती. ह्या सर्व माहितीचा त्याने शत्रुपक्षात जाऊन वापर केला असता तर युद्ध जिंकणे अधिक बिकट नव्हे, जवळजवळ अशक्यप्राय झाले असते; आणि विजय अशक्य म्हणजे काय? पराजयाचा अर्थ एकच – लंकेचे पतन आणि रावणाचा वध.

वैश्रवणाइतका रावण भाग्यवान नव्हता. पितामह पुलस्तींकडून विद्यार्जनाचे भाग्य त्याला लाभले नव्हते; पण पिता विश्रवांनी त्याला वेदवेदांगांचे पूर्ण ज्ञान अवगत करून दिले होते. बाल्यावस्थेत ज्येष्ठ पिता अगस्ती आणि माता लोपामुद्रा ह्यांच्या आश्रमातही त्याने काही काळ व्यतीत केला होता. ह्या कालावधीत तो जे शिकला तेही थोडेथोडके नव्हते.

त्या विद्येचे मोल कसोटीला लावण्याची घडी आज आली होती.

रावणाने निश्चय केला. स्वत: संपादन केलेल्या विद्येच्या प्रकाशातच त्याला हे सत्य गवसले होते. मृत्यू अटळ होता. प्रजापिता ब्रह्माने अमरत्वाचे वरदान कोणालाच दिलेले नव्हते. रामाच्या हातून रावणाचा नाश होवो की रावण रामाला नष्ट करो, महा काळाला त्याचे काय? बिभीषण रावणाच्या नाशाचे निमित्त होण्याची शक्यता होती; पण त्यामुळे काय फरक पडणार होता? आज बिभीषण निमित्त झाला नसता, तर उद्या दुसरे कोणी ना कोणी, काही ना काही निमित्त घडणारच होते. परिणाम पूर्व निर्धारितच असतात. निमित्त शोधण्याचा आटापिटा केवळ आपल्या मनाच्या समाधानासाठी! असली 'निमित्ते' आणि त्यावर उपाय शोधण्याची धडपड करणारे, दोघेही महा काळाच्या खिजगणतीत नसतात.

रावणाने घोषणा केली.

"राक्षसवीरहो, इंद्रजित, कुंभकर्ण, प्रहस्त अकंपनादी असंख्य वीरांनी विभूषित

असलेल्या ह्या सभेत विश्वातील कोणतीही शक्ती भय उत्पन्न करू शकत नाही. युद्धाने आणि केवळ युद्धानेच आपल्याला प्रतिष्ठा मिळवता येईल. युद्ध झाले, तरी वानर सैन्याच्या आणि उपलब्ध शस्त्रांच्या बळावर लढायला निघालेल्या रामापासून आपल्याला काडीचे भय नाही. रामाचा वध तर आपण करूच करू; परंतु तशीच वेळ आल्यास लंकेच्या रक्षणार्थ सीतेचाही वध करू.''

राक्षसांनी अति प्रचंड जयघोष करून रावणाच्या बोलण्याला दुजोरा दिला. त्या जयघोषाच्या निनादाने अवघी लंकानगरी दुमदुमली आणि दुर्गाच्या बाहेर शिबिरांत वसती करून राहिलेल्या हजारो वानर सैनिकांनीही तो जयनाद ऐकला. त्याच वेळी. सैनिकांनी वेढून टाकलेल्या अवस्थेत रामापुढे उपस्थित करण्यात आलेल्या बिभीषणानेही लंकेचा दुर्ग भेदून कानावर पडणारा, सागराच्या लाटांसारखाच उंचबळणारा तो जयनाद ऐकला आणि रामाच्या चरणी आपले मस्तक नमवले.

महासंग्रामातील महाविनाश परमावधीला पोहोचला होता. दोन्ही पक्षांतील सैनिक आपली संपूर्ण ताकद पणाला लावून प्रतिपक्षावर तुटून पडत होते. विनाशाचे साम्राज्य पसरविण्यात कोणीच मागे नव्हते. जीवनाच्या प्रत्येक क्षेत्रात, मानवी आचार-विचारांसाठी जसे धर्मसंगत नियम ठरलेले असतात, तसेच युद्धाचेही विशिष्ट नियम प्रस्थपित झालेले असतात; पण प्रत्यक्षात कोणीच कधीच ते नियम पाळत नाहीत. राम-रावण युद्धातही तेच घडले. त्या महायुद्धात धर्म-नियम कधीच बळी गेले होते. अशी युद्धे म्हणवली जातात धर्मयुद्धे; परंतु मुळात युद्ध हा शब्दच धर्माविरुद्ध आहे हे लक्षात घेता युद्धाच्या आरंभीच साक्षात धर्म सर्वांत आधी बळी गेलेला असतो. राम-रावण युद्धात राक्षसांकडून अनेक अधर्मांचे आचरण घडत होते. राक्षस मायावी रूपे धारण करत; अदृश्य होऊन अंतरिक्षातून वार करत; आणि असेच इतर अनेक प्रकार करत. मूर्तिमंत धर्म म्हणवणाऱ्या रामाच्या पक्षातही अधर्माचा अवलंब होत नव्हता असे नाही. रात्रीच्या वेळी युद्ध करायचे नसते हा नियम डावलून रामाचा सेनापती सुग्रीव आपल्या सैनिकांना लंकेतल्या निद्राधीन नागरी वस्तीवर पेटते बोळे, जळते पलिते फेकण्याचे आदेश देत होता. 'लंकेच्या प्रजेला त्राहि माम् म्हणायला लावा' अशा आज्ञा देत होता. अशा रीतीने धर्म गौण बनत चालला होता आणि विजय हेच एकमात्र लक्ष्य उरले होते; आणि तरीही दोन्ही पक्ष मोठ्या आवेशाने धर्माच्या नावाने आरोळ्या ठोकतच होते.

त्या दिवशी सायंकाळी उशीरपर्यंत इंद्रजित आणि लक्ष्मण ह्या दोघांचे अविरत युद्ध चालले होते. लक्ष्मणाच्या प्रखर शस्त्रविद्येपुढे इंद्रजिताचे सामर्थ्य हळूहळू फिके पडू लागले. दोघा तुल्यबळांच्या लढाईत लक्ष्मणाची सरशी होत असलेली पाहून वानर सैन्यात उत्साह संचारला आणि अर्थातच राक्षस सैन्य चिंतित झाले. अशा निर्णायक क्षणी इंद्रजिताने आपल्या जपून ठेवलेल्या अमोघ शक्तीचा वापर करून लक्ष्मणावर जबरदस्त प्रहार केला. हा आघात लक्ष्मण झेलू शकला नाही. प्रचंड

ताकद एकवटून फेकलेल्या शक्तीने लक्ष्मणाची छाती छिन्नविच्छिन्न करून टाकली. रक्तबंबाळ झालेल्या लक्ष्मणाला मूर्च्छा आली. तो भूमीवर कोसळला.

घडले ते कल्पनातीत होते. त्याने वानर सैन्य स्तंभित झाले. राक्षस सैन्याची अवस्था काही वेगळी नव्हती. मूर्च्छित होऊन लक्ष्मण कोसळतो, हे वानरांइतकेच राक्षसांनाही अनपेक्षित होते. लक्ष्मण पडलेला पाहून राक्षस सैनिकांनी प्रचंड जयघोष केला. वानरांमध्ये मात्र हाहाकार माजला. लक्ष्मण मृत झाला असे समजून विजय मिळाल्याच्या आनंदाने इंद्रजिताने आपला शंख फुंकला. तोवर दिवसही मावळला होता. इंद्रजिताने आपला रथ मागे वळवला आणि लंकेत प्रवेश केला. इंद्रजिताच्या विजयामुळे समग्र लंकानगरी अतिशय उल्हसित झाली. सुग्रीवाच्या सैनिकांनी पेटवून दिलेल्या नागरी वस्तीतील राक्षस आपले दु:ख विसरून प्रचंड जयजयकार करू लागले. पित्याला प्रणाम करून इंद्रजित आपल्या नित्य क्रमानुसार कुलदेवी निष्कुंभिकेच्या मंदिरात पूजाअर्चा करण्यासाठी पोहोचला. रात्रीचा अंधकार गडद झाला. दिवसभराच्या परिश्रमाने दमलेभागले नगर शांतापणे विसावले.

इकडे वानरसैन्याच्या बेचैनीला, चिंतेला, दु:खाला मात्र पारावार नव्हता. मूर्च्छित लक्ष्मणाच्या रक्तभरल्या देहापाशी बसून राम विलाप करत होता. युद्ध जिंकून सीतेची सुटका केली, तरी लक्ष्मणच जर मृत्यू पावला, तर लक्ष्मणाविना कोणत्या तोंडाने अयोध्येला परत जाणार, ह्या व्यथेने त्याचे हृदय कळवळत होते. लक्ष्मणसुद्धीवर येण्यासाठी कोणते उपाय करावेत, कोणालाच सुचत नव्हते.

''कौसल्यानंदना,'' रामाच्या अगदी निकट येत बिभीषणाने सर्वांना ऐकू जाईल अशा स्वरात म्हटले, ''ह्या आपत्तीतून लक्ष्मणाला हमखास वाचवू शकेल असा एकमेव वैद्य आहे सुषेण! तो लंकानगरीत राहतो. सुषेण साक्षात धन्वंतरीचा वारस आहे. त्याचे औषधोपचार लाभले, तर लक्ष्मण निश्चित वाचेल.''

''पण ते होणार कसे?'' हनुमानाने विचारले. ''लंकानगरीचा दुर्ग भेदून सुषेणापर्यंत पोहोचायचे कसे? आणि समजा कसेतरी करून पोहोचलो, तरी रात्रीच्या इतक्या गडद काळोखात त्या सुषेणाला शोधायचे तरी कसे?''

''हे काम जांबुवंत करू शकेल?''

जांबुवंताने प्रश्नार्थक नजरेने बिभीषणाकडे पाहिले.

''बिभीषणा,'' रामाने संभाषणात प्रथमच भाग घेतला. ''सुषेणाला येथे आणायचे काम जांबुवंत कसे पार पाडणार? त्या नगरीतील मार्ग मुळात त्याच्या परिचयाचे नाहीत. शिवाय दुर्गाच्या रक्षकांची नजर चुकवून तेथवर पोहोचणेही शक्य नाही.''

''त्याबद्दल चिंता नसावी रामा! लंकेतून कितीतरी भुयारी गुप्त वाटा दुर्गाबाहेर जातात. त्यापैकी एक वाट सुषेणाच्या निवासस्थानाच्या मागे असलेल्या एका निर्जन भूभागापासून निघते. लंकेच्या राजपरिवाराविना इतर कोणालाही गुप्तमार्ग माहीत

नाहीत. हा मार्ग दुर्गाबाहेर जेथे उघडतो, तेथपर्यंत मी जांबुवंताला घेऊन जातो आणि नगरीत जाणारी ती वाट दाखवतो. त्या वाटेने आत जाऊन काही पळांतच जांबुवंत सुषेणाच्या निवासस्थानाच्या मागील दारापर्यंत पोहोचेल. त्या दारावर धन्वंतरीच्या अमृतकुंभाचे चित्र रेखाटलेले आहे.''

सगळ्यांच्या चेहऱ्यावर अचानक आशेचा प्रकाश-किरण चमकला.

''परंतु वैद्यराज सुषेण राक्षसराज रावणाच्या लंकेचा प्रजाजन आहे आणि आपण त्या नगरीच्या शत्रुपक्षातील आहेत. सुषेणाने आपल्या मदतीला धावून का यावे? आणि तेही रावणाचा रोष पत्करून? रामाने शंकित होऊन विचारले.''

''वैद्यराज सुषेण धन्वंतरीचा वंशज आहे. शत्रू असो की मित्र, कोणताही भेदभाव न करता औषधोपचार करण्याचा आपला धर्म धन्वंतरीने स्वत:च्या वंशजांना शिकवला आहे. ह्या चिकित्सा-धर्माचे काटेकोरपणे पालन करणारा म्हणून सुषेणाची ख्याती आहे. आजतागायत त्या कीर्तीला एकही अपवाद नाही. माझी खात्री आहे, आपण सुषेणाला विनंती केली, तर ती निष्फळ ठरणार नाही. बिभीषणाच्या बोलण्यात आशा आणि विश्वास दोन्हींचे मिश्रण होते.''

वेळ झपाट्याने निघून जात होता. लक्ष्मणाच्या देहातून अजूनही रक्तस्राव होत होता. काहीतरी निर्णय घेऊन त्वरित पाऊल उचलणे अत्यावश्यक होते.

''ठीक आहे.'' रामाने संमती दिली. ''तुमच्या प्रयत्नांना परमेश्वर साहाय्य करो, अशी मी प्रार्थना करतो.''

डोळ्याचे पाते लवते न लवते तोच बिभीषण आणि जांबुवंत काळोखात विलीन झाले. सुषेणाच्या निवासस्थानाकडे घेऊन जाणाऱ्या गुप्त वाटेच्या प्रवेशद्वाराआड येणारी झाडेझुडपे जांबुवंताने बाजूला केल्यावर त्याला सरळ-सपाट मार्ग दिसला. निरभ्र आकाशात चमकणाऱ्या असंख्य तारका-नक्षत्रांच्या मंद प्रकाशात जांबुवंताने मनातल्या मनात हिशोब केला आणि तो गुप्त वाटेने चालू लागला.

बिभीषणाने सांगितले होते तसेच झाले. काही क्षणांतच जांबुवंत सुषेणाच्या निवासस्थानाच्या दारापाशी पोहोचला. दारावर अमृतकुंभाचे चित्र उठून दिसत होते. जांबुवंताने दारावर हलक्या हाताने थाप दिली.

''कोण?'' आतून आवाज आला. जांबुवंताने पुन्हा एकदा दार वाजवले. दुसऱ्याच क्षणी दार उघडले. मध्यम बांध्याचा एक मशालधारी पुरुष दारात उभा होता.

''कोण आहेस रे बाबा?''

''प्रणाम वैद्यराज! जीवनमरणाच्या उंबरठ्यावर मृत्यूशी झुंज देत असलेल्या एका जखमीवर उपचार करण्यासाठी आपल्याला न्यायला मी आलो आहे.'' जांबुवंत मस्तक नमवून नम्रपणे म्हणाला.

"औषधोपचार-चिकित्सेसाठी ह्या घराची दारे सदैव उघडीच असतात; पण असा मागच्या दाराने प्रवेश मागणारा तू पहिलाच आहेस रे बाबा! तू आहेस तरी कोण? कुठून आलास?'' जराही विचलित न होता सुषेणाने शांतपणे विचारले.

क्षणाचाही विलंब न करता जांबुवंताने सगळ्या घटना तपशीलवार कथन केल्या. पुन्हा एकदा त्याने विनंती केली, "वैद्यराज, लक्ष्मणाचे प्राण वाचवणे आपल्या हाती आहे. मी आल्या वाटेनेच आपल्याला घेऊन जातो.''

सुषेण विचार करू लागला. तो राजवैद्य होता. लंका नगरीतील सर्वच रुग्णांसाठी त्याची चिकित्सा सदैव उपलब्ध होती. अखिल मानवजातीच्या कल्याणासाठी पृथ्वीतलावर सर्वप्रथम अवतरणारा धन्वंतरी त्याचा पूर्वज होता. चिकित्सा शास्त्राच्या वाटेने जाणाऱ्या प्रत्येकाला ह्या पूर्वजाचा आदेश होता – 'औषधशास्त्रात ना कोणी मित्र असतो ना शत्रू! तो असतो केवळ रुग्ण! ही विद्या सर्वांसाठी सारख्याच तटस्थ भावनेने उपलब्ध करून देणे हा प्रत्येक वैद्याचा धर्म आहे.'

पण मग राक्षस धर्माचे काय? तो लंकाधिपती रावणाचा राजवैद्य होता. लंकेचा प्रजाजन होता. एक नागरिक म्हणून त्याची निष्ठा त्याच्या राष्ट्राच्या चरणी असायला हवी होती. त्याच्याकडून विशिष्ट राष्ट्रधर्माचे पालन अपेक्षित आहे. ह्या राष्ट्रधर्माशी द्रोह करून शत्रूच्या सेनानीला वाचवण्याचा प्रयत्न करणे म्हणजेच शत्रूला साहाय्य करून लंकेच्या पराजयाला हातभार लावणे होते. अर्थ अगदी उघड होता. 'असे नीच कृत्य आपल्या हातून कसे होऊ द्यावे?' सुषेणाच्या मनात एकाच वेळी अनेक प्रश्न उभे राहिले.

त्या प्रश्नमालिकेत अधिक काळ गुंतून राहणे शक्य नव्हते. गुप्तद्वारांचे रक्षण करण्यासाठी नेमलेल्या राक्षस सैनिकांची तीक्ष्ण नजर एव्हाना येथवर येऊन पोहोचली होती. सुषेणाच्या घराच्या मागच्या दारी चाललेली हालचाल त्यांनी टिपली होती. सुषेणाचा आणि त्याच्या पदाचा अनादर होईल असे काहीच सैनिकांना करून चालण्यासारखे नव्हते. तरीही गुप्त वाटेने आलेला वानर-सेनानायक जांबुवंताशी संभाषण करणाऱ्या सुषेणाकडे दुर्लक्षही करता येणार नव्हते. राक्षस सैनिकांनी निमिषार्धात जांबुवंताला पकडून आपल्या ताब्यात घेतले. त्याच्यासह सुषेणालाही त्यांनी रावणासमोर हजर केले.

"वैद्यराज,'' सर्व घटना नीट समजून घेतल्यानंतर रावणाने सुषेणाच्या दृष्टीला दृष्टी भिडवली. सुषेणासारखा निष्ठावान राजवैद्य शत्रूच्या कोणत्याही कारस्थानात त्याच्याशी हातमिळवणी करेल ही गोष्ट त्याला पटत नव्हती. लंकेतील गुप्त वाटा केवळ बिभीषणाला ज्ञात होत्या आणि बिभीषण शत्रुपक्षाला जाऊन मिळाला होता. शत्रुपक्षात गेला होता एवढेच नव्हे, तर जाताक्षणीच त्या राष्ट्रद्रोह्याला रामाने लंकेचा राजा म्हणून अभिषेकही केला होता, ही वार्ता गुप्तचरांनी रावणाला सांगितली होती.

लंकेचे सिंहासन मिळावे म्हणून राष्ट्राशी द्रोह करायला बिभीषणाने मागेपुढे पाहिले नव्हते. म्हणजे आता लंकेच्या सैन्याची जी जी गुपिते त्याला माहीत होती, त्या सगळ्या गुप्त माहितीचा वापर करून तो सिंहासनापर्यंत पोहोचण्यासाठी हर तऱ्हेचे प्रयत्न करणारच होता. असे झाले की, लंकेवर मोठा दुर्धर प्रसंग ओढवणार होता, ह्याबद्दल रावणाच्या मनात शंका उरली नव्हती.

"मी हे काय पाहतो आहे आणि काय ऐकतो आहे? माझा माझ्या डोळ्यांवर, माझ्या कानांवर विश्वास बसत नाही; आणि प्रत्यक्ष समोर आलेले कुरूप, कटू सत्य नाकारूही शकत नाही."

"आपण म्हणता ते खरेच आहे महाराज!" सुषेण म्हणाला. "प्रत्येक मानवाला जीवनात केव्हा ना केव्हा धर्मसंकटाला सामोरे जावेच लागते. आत्ता माझ्यासमोर तीच परिस्थिती आहे. एकीकडे माझा राष्ट्रधर्म आणि दुसरीकडे भगवान धन्वंतरींनी आदेशलेला, एक चिकित्सक म्हणून असलेला माझा शाश्वत धर्म ह्या दोहोंमध्ये मी अतिशय मोठ्या धर्मसंकटात सापडलो आहे."

परिस्थितीचे आकलन व्हायला रावणाला जराही वेळ लागली नाही. सुषेणाच्या धर्मसंकटाचा अर्थ त्याच्या ध्यानात आला. सुषेणाने आपल्या शाश्वत धर्माचे पालन केले असते, तर त्याचा स्पष्ट अर्थ असा होता की, इंद्रजिताने मिळवलेली अचाट सिद्धी व्यर्थ जाणार होती. 'अर्धमृतावस्थेतील लक्ष्मण सुषेणाच्या उपचारांनी स्वस्थ होणार, म्हणजे....'

रावण विचार मग्न झाला.

"वैद्यराज," तो म्हणाला, "राष्ट्रधर्म आणि मानवतेचा शाश्वत धर्म ह्यांमध्ये तुमच्या मनात द्वंद्व निर्माण होणे मी समजू शकतो. ह्या क्षणी मी राष्ट्रनायक असल्याने काहीही झाले तरी राष्ट्राचे रक्षण करणे हाच माझा धर्म आहे; पण म्हणून मी विघ्न बनून तुमच्या धर्माचरणाआड यावे असा त्याचा अर्थ नाही. धर्म काय ते तुम्ही जाणता. अशा वेळी ह्या समस्येचे निराकरण तुमच्या तोंडूनच ऐकण्याची माझी इच्छा आहे."

"क्षमा असावी महाराज." सुषेण बोलू लागला. "राष्ट्र ही संकल्पना गतिशील आहे. तीत सतत बदल संभवतात. राष्ट्रीयत्व कदापी शाश्वत असू शकत नाही. प्रजासमूहांनी वेळोवेळी आपल्या राष्ट्रांच्या सीमा परिवर्तनशील मानल्या आहेत. त्यांत परिवर्तने घडलीही आहेत. शाश्वत मानवधर्माचे तसे नाही. राष्ट्र वाटेल तेव्हा वाटेल त्याचे होऊ शकते, तथापि मानवधर्म सर्वत्र आणि सदैव एकच असतो."

"तर मग लक्ष्मणाला औषधोपचार करण्यासाठी जाणे हा तुम्ही आपला मानव-धर्म मानता, असा तुमच्या म्हणण्याचा अर्थ मी करावा का?"

"होय महाराज. आपण काढलात तो अर्थ सत्य आहे." मान झुकवत सुषेण

पुढे म्हणाला, ''आणि तरीही, युद्धात विजयी होऊन लंकेच्या राष्ट्राला विजयी करणे हा तुमचा धर्म आहे आणि तुमच्या त्या धर्मात सक्रियपणे सहभागी होणे हा माझाही धर्म आहे. सत्तेचा निकष लावून पाहता, तुम्ही मला अडवू शकता, बंदिवान करून कारावासातही ठेवू शकता. तुमची आज्ञा उल्लंघून मी जाऊ शकत नाही.''

रावण काय तो समजला. अत्यंत चातुर्याने धर्माबद्दलचा खुलासा करून नंतर अंतिम निर्णय घेण्याचा अधिकार सुषेणाने रावणाच्याच हाती ठेवला होता. मनात आणले असते, तर शाश्वत मानवधर्माचे अनुसरण करायला रावण संमती देऊ शकला असता आणि त्याच वेळी आपल्या इच्छेनुसार जांबुवंताला बंदिवान करून कदाचित त्याचा वध करूनही सुषेणाला अडवू शकला असता. धर्म-अधर्माचे मूल्यांकन आता रावणाला करायचे होते.

क्षणभर सर्वत्र शांतता पसरली. रात्रीच्या गडद अंधकाराला भेदणारी हवेची साधी सळसळसुद्धा जणूकाही चराचराचा आरपार वेध घेत होती.

रावण परम शिवभक्त होता. वेदवेदांगांचा प्रखर अभ्यासक होता. यज्ञकर्म हे जणू आपल्या जीवनाचे तो एक अंगच मानत होता. स्वत:च्या उणिवाही तो ओळखून होता. त्याने काही काळ विचार केला. 'सुषेणाला जाऊ दिले नाही, तर फार करून काय होईल? लक्ष्मण मृत्यू पावेल. तेवढ्याने युद्ध थांबेल? राम पराभव स्वीकारेल? असंभव! उलटे, आता रामाने युद्ध थांबवायचे ठरवले, तरी बिभीषण त्याला तसे करू देणार नाही.' स्वत: रामाने बिभीषणाला लंकेचा राजा घोषित केले होते. 'आपल्या हाती आलेला राजमुगुट आणि राजसिंहासन टिकवून ठेवण्यासाठी इंद्रजित, कुंभकर्ण आणि रावण ह्यांच्या मृत्यूची आपल्याला ज्ञात असलेली रहस्ये बिभीषण सांगितल्याविना राहणार नाही. फार काय, बिभीषणाला माहीत असलेल्या लंकेच्या सर्वच्या सर्व गुप्त मार्गांनी वानर सैन्य लंकेत घुसले, तरी आश्चर्य वाटायला नको. असे घडले तर लंकेचा पराजय अटळच आहे. मग सुषेणासारख्या धन्वंतरीच्या वंशजाला त्याच्या परम धर्माचे पालन करण्यापासून आपण काय म्हणून रोखावे? उद्या समजा ह्या महायुद्धात आपला पराभव झालाच, तरी लंकाधिपती रावण राक्षस होता, सीतेसारख्या परस्त्रीला त्याने कपटाने पळवून आणले होते आणि तरीही तो मानव-धर्माचा विरोधक नव्हता; परम धर्म म्हणजे काय हे तो जाणत होता आणि आपल्या पराजयाचे मोल देऊनही परम धर्माचे पालन करण्याची अनुमती त्याने सुषेणाला दिली होती, ह्या गोष्टींची साक्षात महा काळाला नोंद करावीच लागेल.'

''राक्षस सैनिकांनो,'' सुषेणाला तिन्ही बाजूंनी घेरून उभ्या असलेल्या सशस्त्र सैनिकांना उद्देशून रावण म्हणाला, ''जा, राजवैद्य सुषेणाला गुप्त वाटेने लंकेच्या दुर्गाबाहेर सुरक्षितपणे सोडून या आणि सुषेण परत येईपर्यंत त्या वाटेच्या टोकाशी

त्याची प्रतीक्षा करत उभे राहा.'' नंतर जांबुवंताला पकडून उभ्या असलेल्या सैनिकांना तो म्हणाला, ''सुषेण परत येईपर्यंत जांबुवंत येथेच बंदिवान म्हणून राहील.''

आज्ञा देऊन रावणाने पाठ फिरवली.

प्रात:काळी सूर्याची कोवळी किरणे पृथ्वीवर पोहोचायच्या आतच वैद्यराज सुषेण आपला चिरंतन, शाश्वत मानवधर्म निभावून लंकेच्या गुप्तमार्गाच्या द्वारापाशी परत आला होता. मृतप्राय पडलेल्या लक्ष्मणाला नवसंजीवन प्राप्त झाले होते. अवनीतलावर सूर्यप्रकाशाचे साम्राज्य पुन्हा पसरेतो राक्षस सैन्यावर आपल्या तीक्ष्ण-प्रखर शस्त्रांचे प्रहार करायला लक्ष्मण सज्ज होणार होता. आज कालच्यापेक्षाही अधिक तुमुल युद्ध होण्याची शक्यता होती.

सुषेणासह राक्षस सैनिक परतले, तेव्हा रावण शिवपूजन आटोपून यज्ञवेदीत आहुती देत होता. आहुती संपन्न करून त्याने सुषेणाकडे पाहिले. सुषेणाला काहीशा अपराधी भावनेने घेरले होते.

''क्षमा करा महाराज. मी अपराधी आहे. राष्ट्रदोह केला आहे मी. माझ्या ह्या अपराधासाठी तुम्ही माझा शिरच्छेदही करू शकता.''

''वैद्यराज, राष्ट्रद्रोहासाठी केवळ शिरच्छेद एवढी एकच शिक्षा असते असे नाही. आजपासून, आत्ता ह्या क्षणापासून तुम्ही लंकेच्या कारागृहात बंदिवान होऊन राहाल. युद्ध पूर्ण होईपर्यंत तुम्ही कोणालाही भेटू शकणार नाही. अपवाद फक्त जखमी राक्षस सैनिकांचा. केवळ त्यांचाच! लंकेच्या सैनिकांना तुमच्या चिकित्सा-ज्ञानाची अत्यंत आवश्यकता आहे.''

तेथेच उभ्या असलेल्या सैनिकांनी सुषेणाला तत्काळ ताब्यात घेतले.

''आणि सैनिक हो,'' थोड्या अंतरावर बंदिवान जांबुवंताभोवतालच्या सैनिकांना उद्देशून रावण म्हणाला, ''हा जांबुवंत गुप्तचर आहे. आपली सरंक्षण-फळी भेदून हा आत शिरला आहे. ह्याचा अपराध मृत्युदंडास पात्र आहे. तरीपण ह्याचा शिरच्छेद करण्याऐवजी पुच्छ-विच्छेद करण्याची मी तुम्हाला आज्ञा देतो. जांबुवंताचे शेपूट कापून टाका आणि त्याला गुप्त मार्गानेच हाकलून द्या.''

पुन्हा एकदा रावण पाठ फिरवून चालू लागला.

अखेर निर्णायक युद्धाचा अंतिम क्षण येऊन ठेपला. इंद्रजित आणि कुंभकर्ण दोघांचा वध झाला होता. लंकेवर विजय मिळवण्यासाठी एकमात्र अनिवार्य कर्म उरले होते – रावण वध! स्वत: रावण युद्धात उतरला होता. लंकेचे सैनिक आणि वानरसैन्य, एवढेच नव्हे, तर समग्र ब्रह्मांड डोळ्यांत प्राण आणून प्रतीक्षा करत होते ती घडी अखेर आली होती. युद्धभूमीवर राम-रावणात घनघोर संग्राम सुरू झाला. पराजयाखेरीज हाती काहीच लागणार नव्हते, ह्याची निश्चिती असलेले युद्ध आपण लढत आहोत, हे रावणाला कळून चुकले होते. त्याच्या दृष्टीने आता युद्ध विजयप्राप्तीसाठी नव्हतेच. आता केवळ युद्धासाठीच युद्ध करायचे होते. विजय नव्हे, युद्ध हाच निर्णय! राम शस्त्रविद्येत पारंगत होता, ह्या गोष्टीचे रावणाला कधीच भय वाटले नव्हते. रामाच्या प्रत्येक शस्त्राला, प्रत्येक अस्त्राला रावणाकडे प्रत्युत्तर होते. एकच गोष्ट त्याला सतत टोचत होती. मनात सलत होती. 'बिभीषण शत्रूला जाऊन मिळाला नसता तर... आज बिभीषण प्रतिपक्षात नसता तर.... तर इंद्रजितही जिवंत असता. माझ्या खांद्याला खांदा लावून लढत असता.' फार कशाला, इंद्रजिताने एकट्यानेच राम-लक्ष्मणांना बंदी केले असते. कदाचित दोघांचा वधही केला असता! हे काही विशेष दुष्कर नव्हतेच त्याला! इंद्रजिताची मर्यादा एकच होती आणि ती बिभीषणाला माहीत होती. इंद्रजिताने आरंभलेली माता निष्कुंभिका देवीची पूजा म्हणूनच बिभीषणाने पूर्ण होऊ दिली नव्हती. ती पूजा पूर्ण झाली असती तर... तर...

आता ह्या 'जर-तर'ला काही अर्थ उरला नव्हता. आता युद्ध म्हणजे एक कल्याण-यात्रा होती. बिभीषण अजूनही शत्रुपक्षातच होता. इंद्रजिताचा विजय पराजयात बदलून टाकण्याची प्रभावी गुरुकिल्ली त्याच्यापाशी होती, तसे रावणवधाचे रहस्यही त्यालाच माहीत होते. ते रहस्य एकदा का उलगडले असते की, इंद्रजिताचे गुप्त रहस्य उघड झाले तसेच....

रावणाने हे सारे विचार निष्ठुरपणे मनातून काढून टाकले. कसलाही विचार करायला आता सवड नव्हती. युद्ध आणि केवळ युद्ध! जय आणि पराजय – आता दोन्ही गौण होते. राक्षसकुलांवर शतकानुशतके होत आलेल्या अन्यायाच्या उत्तरादाखल त्याने तसाच अन्याय केला होता. त्या अन्यायाचा पराजय झाला म्हणून त्याने उचललेले पाऊल व्यर्थ, निरर्थक कसे म्हणता आले असते? त्या कृतीला एक निश्चित उद्देश होता, एक अर्थ होता आणि तो हेतू, तो अर्थ सिद्ध होऊन चुकला होता.

रणांगणात काळे घोडे जुंपलेल्या आपल्या प्रचंड शक्तिशाली, वैभवसंपन्न रथात उभा राहून रावण रामावर शस्त्रास्त्रांचा मारा करत होता. समोर रामाकडे रथ नव्हता. तो भूमीवर उभा राहूनच लढत होता. भोवताली जणू त्याचे कवच बनून वानर सेनानी उभे होते. रामाने चालवलेल्या अस्त्रांची अंतरिक्षात प्रचंड प्रभा पसरत होती.

युद्ध असे ऐन भरात असताना अचानक रावणाचे नेत्र आत्यंतिक रोषाने पेटून उठले. अंतरिक्षातून उतावळेपणाने युद्धभूमीवर थडकणारा देवराज इंद्राचा रथ त्याने पाहिला. स्वत: इंद्र रथात नव्हता. सारथी मातली रथ हाकत होता. युद्धधर्म पाळून ह्याच मातलीला इंद्रजिताने जिवंत सोडून दिले होते. इंद्रजिताने इंद्राला पराजित करून बंदिवान केलेले पाहून हा मातली अत्यंत व्याकूळ झाला होता. इंद्रजिताच्या सैनिकांनी त्याला सगळीकडून घेरून टाकले होता. एखाद-दुसऱ्या क्षणात त्याचा शिरच्छेद होण्याची वेळ आली होती. ''सारथी अवध्य असतो. त्याला हातही लावू नका.'' विजयी इंद्रजिताने त्या वेळी सैनिकांना आज्ञा दिली होती आणि आता आज त्याच इंद्राने त्याच मातलीच्या हाती आपला स्वत:चा रथ रामाच्या साहाय्यासाठी पाठवला होता. दोन व्यक्तींमधील शत्रुत्व त्या व्यक्ती जिवंत असेतोवरच टिकावे, ह्या उदात्त नीतीचे इंद्र उल्लंघन करत होता. त्याचे वैर मेघनादाशी होते आणि मेघनाद मृत्यू पावला होता. तरीसुद्धा मेघनादाने केलेले गर्वहरण आठवून आज तो रावणाचा वध करण्यासाठी रामाला साहाय्य करत होता, अशी रावणाची धारणा होती.

सत्यही तेच होते.

''हे रघुनंदना,'' रामाच्या निकट येऊन मातलीने रथ थांबवला आणि नतमस्तक होऊन म्हटले, ''देवराज इंद्राने हा रथ तुमच्या सेवेला पाठवून दिला आहे. तुमचा शत्रू रथावर आरूढ होऊन प्रहार करतो आणि तुम्हाला भूमीवर उभे राहून लढावे लागते आहे. शत्रूचा समकक्ष होण्यासाठी तुम्ही ह्या रथावर आरूढ व्हावे.''

दुसऱ्याच क्षणी राम रथावर चढला. युद्ध अधिकच भीषण बनले.

दोघा तुल्यबळांचे घनघोर युद्ध चालले होते. कोणाची सरशी होत नव्हती की

कोणी माघार घेत नव्हता. शस्त्रास्त्र विद्येच्या एकूण एक मंत्रांचे प्रयोग होत होते. तरीसुद्धा युद्धाचा निर्णय लागण्याचे कोणतेही चिन्ह नव्हते. युद्धाचा निर्णायक क्षण निकट येत नाही असे वाटून बराच काळ प्रतीक्षा करत असलेल्या मातलीने आपला चेहरा वळवून मागे पाहिले. ''श्रीरामा, अशा आणीबाणीच्या क्षणी तुम्ही ब्रह्मास्त्राचा प्रयोग का करत नाही?''

''बरे तू स्मरण दिलेस मातली. ब्रह्मास्त्राचा प्रयोग करण्याचे मला विस्मरणच झाले होते. आता ह्या अमोघ अस्त्राने मी रावणाचा निश्चितच वध करतो.''

रामाने ब्रह्मास्त्राचे संधान केले. ब्रह्मास्त्र कदापि निष्फळ ठरत नाही, ब्रह्मांडात हाहाकार झाला तरी ही अमोघ शक्ती अचूकपणे लक्ष्यवेध करतेच. रामाने केलेले संधान रावणाच्या नजरेने टिपले. तो मुळीच विचलित झाला नाही. ब्रह्मास्त्राचा प्रतिकार करण्याचे सामर्थ्य रावणाकडे होते; पण...

रामाच्या संरक्षणार्थ योजलेल्या कवचाचे संचालन करत रामाच्या अगदी निकट असलेला बिभीषण एकाएकी रामाच्या रथावर चढला. रामाच्या अगदी जवळ जाऊन तो कुजबुजला, ''अयोध्यापती रामा, ब्रह्मास्त्राचे संधान रावणाच्या मस्तकावर अथवा छातीवर करू नका. तुमचे हे ब्रह्मास्त्र रावणाचे मस्तक उडवू शकणार नाही किंवा त्याची छाती छेदू शकणार नाही.''

''म्हणजे? शिरच्छेद झाला, छातीचे दोन तुकडे झाले तरी रावण जिवंत राहील?''

''रावणाने आपली जिजीविषा आपल्या विराट संकल्प-बळाने स्वत:च्या नाभीत केंद्रित केली आहे. नाभीखेरीज त्याच्या शरीराच्या कोणत्याही भागावर सोडलेले ब्रह्मास्त्र व्यर्थ जाईल. शिवाय ह्या अमोघ शक्तीमुळे भयंकर अनर्थकारी संहार घडून येईल तो वेगळा!''

राम सावध झाला. परिस्थितीची त्याला यथार्थ कल्पना आली. बिभीषणाच्या सूचनेनुसार त्याने रावणाची नाभी लक्ष्य करून नेम धरला आणि ब्रह्मास्त्र सोडले. निमिषमात्रात एक प्रचंड प्रकाशलोळ उठला. अत्यंत कर्णकर्कश ध्वनिकल्लोळाने दाही दिशा भरून गेल्या. एकच हाहाकार माजला आणि त्याच क्षणी जणू रक्ताच्या कारंज्यात न्हात असलेला रावण रथातून उसळून धरणीवर पडला. नाभीत केंद्रित असलेले त्याच्या जिजीविषेचे संकल्प-बळ छिन्नभिन्न झाले होते.

...आणि युद्ध संपले होते.

ही अत्यंत अकल्पनीय तरीही रोमहर्षक कहाणी रामाच्याच तोंडून ऐकल्यावर बिभीषणासहित सर्व वानर सेनानायक अवाक झाले. हनुमान आणि लक्ष्मण ह्या

दोघांनाही ही संपूर्ण कहाणी अतिशय रोमांचक वाटली. गेले कित्येक दिवस चाललेले युद्ध सर्वांनी प्रत्यक्ष पाहिले होते, त्यात भाग घेतला होता; परंतु युद्धाची ही अशी पार्श्वभूमी त्यांना माहीत नव्हती. हनुमानाने पाहिले. बिभीषण चेहरा दुसऱ्या दिशेला वळवून आकाशाकडे पाहत होता. श्वासोच्छ्वासाचाही आवाज ऐकू यावा अशी स्तब्ध शांतता सगळीकडे पसरली होती. त्या विचित्र शांततेने सगळे कावरेबावरे झाले. त्या जीवघेण्या स्तब्धतेतून बाहेर कसे पडावे हे कोणालाच कळत नव्हते. का कोणास ठाऊक, विजयाच्या ह्या परमोच्च क्षणीसुद्धा रामाखेरीज बाकी सर्व विजेत्यांना एक अनाकलनीय भावना अस्वस्थ करत होती.

"हनुमाना," रामाच्या स्वस्थचित्त शांत स्वराने सर्वांची अस्वस्थता लोप पावली. जणू आपण इतका वेळ काही बोललोच नव्हतो, काही सांगायला घेतलेच नव्हते अशा सहजतेने रावणाच्या अग्निसंस्काराबद्दलच पुढचे काहीतरी सांगावे तसे राम म्हणाला, "जा. लंकाधिपती महाराज बिभीषणांची अनुज्ञा घे आणि अशोकवाटिकेत जाऊन सीतेला ह्या विजयाची वार्ता कळव."

"जशी आज्ञा!" हनुमानाने नतमस्तक होऊन रामाची आज्ञा स्वीकारली. ह्यापूर्वी लंकेत प्रवेश करते वेळी हनुमानाने त्या वेळच्या लंकाधिपती रावणाची अनुज्ञा घेतली नव्हती. आज परिस्थिती बदलली होती. आज लंकेचा राजमुकुट बिभीषणाच्या मस्तकी होता. आता त्याच्या अनुज्ञेविना लंकेत प्रवेश केला असता, तर तो अपराध ठरला असता. हनुमानाने बिभीषणाकडे पाहिले.

"जा. हनुमाना, खुशाल जा! अशोकवाटिकेतून सीतादेवींना सन्मानाने येथे घेऊन ये."

"जरा थांबा." राम हनुमानाला म्हणाला, "सीतेला येथे घेऊन येण्याआधी तिला सुगंधी जलाने स्नान घाला. मूल्यवान वस्त्रे परिधान करू द्या. आभूषणांनी अलंकृत करून मगच माझ्यासमोर आणा. त्याआधी नको."

खणखणीत आवाजातले रामाचे धारदार शब्द ऐकून सर्वांना अनपेक्षित धक्का बसला. कित्येक दिवसांपासून रामाच्या दर्शनासाठी व्याकूळ झालेल्या सीतेला असा साजशृंगार चढवून मगच समोर आणायला सांगण्यामागे रामाचा काय हेतू असावा ते कोणालाच कळेना.

"स्वामी..." निघता निघता काहीतरी बोलण्यासाठी हनुमानाचे ओठ विलग झाले.

"कपिश्रेष्ठा, जा. आपल्या कर्तव्याचे तत्काळ अनुसरण कर."

आता अधिक काही बोलणे शक्यच नव्हते.

हनुमान सीतेपाशी पोहोचला. मलिन वस्त्रातील म्लान सीता मस्तक झुकवून बसली होती. एकाएकी पुढ्यात येऊन उभ्या राहिलेल्या हनुमानाला पाहून सीता

काहीशी दचकली. सीतेच्या चरणाशी मस्तक नमवून हनुमान म्हणाला, "विदेहनंदिनी, रावणाचा वध होऊन चुकला आहे. तुम्ही आता मुक्त आहात."

अपार प्रसन्नतेने सीतेचा चेहरा उजळला. ओठ हलले. ओठ केवळ हललेच. उच्चार बनून शब्द बाहेर उमटले नाहीत.

"देवी, आपण बोलत का नाही? विजयाच्या ह्या क्षणी..."

"विजयाच्या ह्या क्षणी तुला उपहार देण्यासाठी मजपाशी काहीच नाही. ह्या विचाराने मी गोंधळून गेले आहे."

"माते," हनुमानाने स्मित करून म्हटले, "विजयप्राप्तीनंतर तुमचे दर्शन घडण्याचे भाग्य सर्वांत आधी माझ्या वाट्याला आले, हाच मला लाभलेला मोठा उपहार आहे." असे म्हणून सीतेच्या भोवती उभ्या असलेल्या राक्षसींकडे त्याने नजर फिरवली. रागावून तो उद्‌गारला, "ह्या दुष्ट राक्षसींनी आत्तापर्यंत तुम्हाला खूपच त्रास दिला असेल माते. आज, आत्ताच मी ह्या सगळ्यांचा नाश करून टाकतो."

"काय हे बोलणे कपिवरा! ह्या राक्षसींचा काय दोष? त्यांनी माझ्याशी जे काही वर्तन केले ते त्यांच्या स्वामींच्या आज्ञेनुसार केले. सेवकांनी आपल्या स्वामीची आज्ञा पाळावी हाच धर्म आहे. त्या सेविकांची हत्या करण्याचा अधर्म तू करू नकोस."

हनुमान शांत झाला.

"जाणारा प्रत्येक पळ आता मला असह्य होत आहे हनुमाना. राम-दर्शनासाठी मी व्याकूळ झाले आहे. मला माझ्या पतीने दर्शन सत्वर घडवा."

"माते, पतिदर्शनाआधी तुम्हाला श्रीरामांच्या एका आज्ञेचे पालन करावे लागले."

"आज्ञा? आत्ता? ह्या क्षणी कसली आज्ञा?"

"विदेह राजकुमारी," हनुमान अत्यंत नम्रपणे म्हणाला, "तुम्ही दिव्य सुगंधीद्रव्ययुक्त जलाने स्नान करावे, बहुमूल्य वस्त्रालंकार धारण करावे, साजशृंगार धारण करावा. त्यानंतरच श्रीरामचंद्र आपली भेट घेतील."

"काय बोलतोस अंजनीपुत्रा? एवढ्या प्रदीर्घ विरहानंतर विजयप्राप्तीच्या ह्या क्षणी अधिक काळ धीर धरणे अशक्यप्राय झाले आहे. अशा वेळी माझ्या पतीच्या दर्शनासाठी मला हे सगळे विधी करत बसण्याची काय गरज आहे?" सीतेच्या आवाजात विलक्षण कंप होता.

"ते काही मला माहीत नाही देवी, क्षमा असावी."

सीतेपुढे काही पर्याय उरला नव्हता.

संपूर्ण शृंगार परिधान करून लंकेच्या राजेशाही शिबिकेत बसून सीता युद्धभूमीवर रामांच्या शिबिराजवळ आली, तेव्हा असंख्य वानर सैनिक आणि राक्षस सैनिक अत्यंत उत्सुकतेने सीतेची प्रतीक्षा करत होते. सीतेचा यथोचित मान राखला जावा,

तिची प्रतिष्ठा जपण्यात आणि तिचा आदर राखण्यात कोणत्याही प्रकारे मर्यादाभंग न व्हावा आणि त्या वैभवसंपन्न शिबिकेतून बाहेर पडताना कोणाला तिचे मुखदर्शन न व्हावे, ह्यासाठी बिभीषण आणि सुग्रीव त्या सर्व सैनिकांच्या गर्दीला मागे हटवू लागले.

शिबिका दिसू लागताच सैनिकांमध्ये प्रचंड कोलाहल माजला. सीतेची राजस प्रतिष्ठा अबाधित राहावी म्हणून बिभीषण, सुग्रीव, हनुमान सर्व सैनिकांना दूर करतच होते.

''थांबा.'' आज्ञा करावी तसा रामांचा आवाज आला. ''हे सगळे आता माझ्या परिवारातीलच झाले आहेत. त्यांना कशासाठी दूर ढकलता? त्यांच्या उपस्थितीतच सीता माझ्या सन्मुख येऊ दे.''

गर्दी मागे रेटणाऱ्यांचे हात थबकले, पाय अडले. जरा दूर ढकलली गेलेली सैनिकांची गर्दी त्या संधीचा फायदा घेऊन पुन्हा जवळ आली. सगळीकडे वानरांच्या आणि राक्षसांच्या टोळ्याच टोळ्या दिसत होत्या. सर्वांच्या चेहऱ्यावर कमालीची उत्सुकता दाटली होती, कुतूहल शिगेला पोहोचले होते. सीता शिबिकेतून उतरली. अधोवदन सीता रामाच्या दिशेने पावले टाकू लागली. नजर उचलून तिने एकदा रामाकडे पाहिले; लज्जेने संकोचून हलकेच पतिचरणांशी मस्तक नमविले.

''कल्याणी,'' रामांनी म्हटले. ''रावणाच्या तावडीतून मी तुझी सुटका केली आहे. माझ्यावर, माझ्या कुलावर आणि माझ्या पुरुषार्थावर लागलेला कलंक आता पुसला गेला आहे. आता तुला हवे तेथे जायला तू मोकळी आहेस.''

केवळ सीतेवरच नव्हे, तर तेथे हजर असलेल्या, रामाचे शब्द ऐकणाऱ्या एकूण एकांवर जणू निरभ्र आकाशातून एकाएकी वीज कोसळली.

राम हे काय बोलत होते?

''स्वामी,'' कंपित ओठांनी, नीरवतेचा भंग करत सीता म्हणाली, ''हे तुम्ही काय बोलता? तीनही लोकांत तुमच्या चरणांशिवाय माझ्यासाठी अन्य कोणते स्थान असू शकते?''

''जनकनंदिनी, रावणासारख्या लंपट पुरुषाच्या तावडीत तू इतका काळपर्यंत राहिली आहेस. त्याच्यासारखा स्त्रीलोलुप पुरुष तुझे पावित्र्य अबाधित राहू देईल, ह्याबद्दल संदेह निर्माण होतो.''

''हे... हे... तुम्ही बोलता तरी कसे नाथ? माझ्या पावित्र्याबद्दल तुमच्या मनात शंका आहे?'' सीतेचा कंठ दाटला. तिला पुढे बोलवेना.

काडी पडली तरी आवाज ऐकू येईल अशी भीषण शांतता सर्वत्र पसरली.

''होय सीते. आता मी तुला माझ्या जीवनात पुन्हा स्थान दिले, तर ते निंद्यकर्म ठरेल. तू आपल्या इच्छेनुसार बिभीषण, सुग्रीव, लक्ष्मण ज्या कोणाचा हवा त्याचा

आश्रय घेऊ शकतेस.''

''आर्यपुत्र,'' सीता थरथर कापत होती. ''तुमचे हे बोलणे आर्यकुलाला साजेसे नाही. असे अनार्यांसारखे वर्तन तुम्हाला शोभते काय?''

सीतेचे शब्द जणू हवेत गुंजत, पुन्हा पुन्हा घुमत राहिले.

''वीर पुरुषाला आपल्या प्रतिष्ठेपरते अधिक महत्वाचे काही नाही. आपली पत्नी पुन्हा परत मिळवण्यासारखे सामान्य कर्म कुठलाही सर्वसाधारण पुरुष करू शकतो. इक्ष्वाकूवंशी राम अशा सामान्य कर्मासाठी युद्ध करत नाही. मी युद्ध केले ते सदाचाराचे रक्षण व्हावे म्हणून. ते झाले! आता मी तुला माझ्या जीवनात पुन्हा स्थान दिले, तर तुलाच काय, मलाही लोकापवाद लागेल.'' एक एक शब्द स्पष्टपणे उच्चारत रामांनी दृढ स्वरात आपली भूमिका मांडली.

रामांचा प्रत्येक शब्द अग्निज्वाला बनून सीतेला वेढून टाकत होता. दुःखातिरेकाने ती संतप्त झाली. तिच्या अंगांगातून जणू साक्षात अग्नी प्रज्वलित झाला. तिची संपूर्ण काया तापलेल्या तांब्यासारखी ताम्रवर्णी दिसू लागली. रामाचे हे रूप सर्वस्वी अकल्पनीय होते. सीतेच्या डोळ्यांत आश्चर्य मावेना. तिचे नेत्र विस्फारले गेले. सर्वत्र हाहाकार माजला. सीतेच्या विस्फारित नेत्रांसमोरून अचानक एक दृश्य तरळून गेले. कांचनमृगाचा पाठलाग करत मारिचामागे गेलेला राम संकटात सापडला आहे असे वाटून पर्णकुटी सोडून जाण्याचा तिने लक्ष्मणाला आग्रह केला होता. त्या वेळी लक्ष्मणाला बोललेली कटु वचने तिला आठवली. लक्ष्मणाची विनंती अव्हेरून सीतेने तेव्हा काय म्हटले होते! आज रामाच्या तोंडून ऐकाव्या लागणाऱ्या जहाल शब्दांसारखेच जळजळीत शब्द सीतेने लक्ष्मणाला नव्हते का ऐकवले? 'लक्ष्मणा, तुझ्या मनात पाप आहे. रामाचा मृत्यू झाला, तर तू मला प्राप्त करू शकशील असा अधम हिशोब करूनच तर तू आमच्याबरोबर वनात आला नाहीस ना?'

आपल्याच निकटतम आप्तांच्या तोंडून असे कटू बोल ऐकणे ही किती कठीण अग्निपरीक्षा असते, ह्याचा यथातथ्य अनुभव करून देण्यासाठीच जणू नियतीने आत्ता ही घटना घडवून आणली होती.

सीतेला वाटले, 'आपण लक्ष्मणाला बोललो, त्या वेळी लक्ष्मणाने नव्हती का अग्निपरीक्षा दिली?' न्याय-अन्याय, धर्म-अधर्म हे प्रत्येक व्यक्तीमध्ये सख्ख्या भावंडांप्रमाणे वसती करून असतातच आणि वेळप्रसंगी आपापला सुरूप वा कुरूप चेहरा दाखवतात.

लक्ष्मणाला टाकून बोलताना आपल्या अंतरात वसत असणाऱ्या कुरूपतेने डोके वर काढले होते. आज तीच कुरूपता रामाच्या तोंडून प्रकट होऊन आयुष्यातील सर्वांत अवघड धडा तिला शिकवत होती.

तो कठीणतम वस्तुपाठ स्वीकारण्याचा सीतेचा निश्चय दृढ झाला.

"हनुमाना," सीतेच्या करुणार्त स्वराने त्या जीवघेण्या असह्य शांततेला तडा गेला. "त्या दिवशी अशोकवाटिकेत माझ्या मुक्तीचा संदेश घेऊन तू आला होतास. आजही माझ्या मुक्तीचे निमित्त कपिश्रेष्ठा, तूच व्हावेस!"

"आज्ञा माते!" दोन पावले पुढे येऊन हनुमानाने हात जोडले आणि नतमस्तक होऊन तो उभा राहिला.

"पुत्रा, माझ्या जगण्याला आता काहीच प्रयोजन उरले नाही. आर्यपुत्रांनी ज्या क्षणी माझा मनोमन त्याग केला, त्याच क्षणी माझा मृत्यू होऊन चुकला आहे, तेव्हा ह्या मृतदेहाच्या चिताप्रवेशाची तू व्यवस्था करावीस. अग्निप्रवेश करून ह्या कलेवरासमान देहाला आपले लैकिक कर्म शेवटाला नेऊ दे."

हनुमानाचे पाऊल उचलेना. त्याने हलकेच मस्तक वर करून रामाकडे पाहिले. रामाची दृष्टी अनंत आकाशावर खिळली होती.

"प्रभू, मातेबरोबर ह्या पुत्रालाही चितेत प्रवेश करण्याची अनुमती असावी."

"हनुमानालाच काय, आम्हा सर्वांनाही अनुज्ञा असावी हीच प्रार्थना आहे." एकाच वेळी अनेक आवाज उमटले.

रामांनी चमकून चारी बाजूला दृष्टी फिरवली. 'हे कोण बोलले? हा आवाज लक्ष्मणाचा तर नव्हे? की बिभीषण बोलला? सुग्रीव बोलला की? की अंगद?'

"होय रघुनंदना, साक्षात सीतेच्या पावित्र्याविषयी शंका घेतली जात असेल, तर असल्या शंकेखोर जगात आम्हालाही राहायचे नाही." असंख्य कंठांतून एकाच वेळी शब्द आल्याचा रामाला भास झाला.

रामाने पुन्हा सगळीकडे पाहिले. क्षणार्धात कितीतरी परिचित चेहरे त्याच्यासमोर साकार झाले. त्यात दशरथ होते का? कुलगुरू वसिष्ठ होते? आणि माता कौसल्या? महर्षी विश्वमित्रसुद्धा? कोण होते? कोण नव्हते?

"ह्या अवघ्या रणभूमीला एका सामूहिक स्मशानभूमीची अवकळा यायला

मुळीच अवधी लागणार नाही अयोध्यपती रामा!''

हे कोण बोलले? रामाने ऐकले ते खरे होते का?

''होय होय! देवी सीतेच्या पावित्र्याबद्दल तुमच्या मनात शंका उत्पन्न झाल्यामुळे तुम्हाला त्यांचा त्याग करायचा असेल, तर मग रामा, ही सारी शंकित सृष्टी आम्हालाही त्याज्य आहे. आम्हाला ह्या जगाचा त्याग करायचा आहे.''

रामाचा उजवा हात नकळत उंचावला गेला. ''थांबा,'' गंभीर स्वरात राम म्हणाला. ''ह्या जनकनंदिनीच्या पावित्र्याविषयी शंका घेणाऱ्याला अत्यंत निष्ठुर आणि पापीच म्हटले पाहिजे.''

''तुम्ही... तुम्ही म्हणता तरी काय रामा?'' हनुमान न राहवून मोठ्याने म्हणाला.

''होय हनुमाना,'' किंचितसे स्मित करत राम पुढे म्हणाले. ''मी ह्याआधी जे काही बोललो ती सीतेची अग्निपरीक्षा होती वत्सा! सीतेला मी अशा कठोर परीक्षेतून जायला लावले नसते, तर हा दशरथ-पुत्र राम खरोखरच अतिशय कामी असला पाहिजे, असे कदाचित उद्या तुमच्यापैकीच कोणीतरी म्हटले असते. अरे, सीतेचे शुद्ध चारित्र्य कोणाला ज्ञात नाही? सीतेच्या तेजापुढे तो रावण क्षणभरही टिकू शकणार नाही ह्याचा मला पूर्ण विश्वास होता.''

''साधू! साधू!'' दशदिशांतून ध्वनी प्रगटला. सीतेच्या डोळ्यांतून आसवे ओघळू लागली.

''ये सीते! तुझ्या चारित्र्याबद्दल शंका घेतल्याने तुला ह्या अग्निदिव्यातून जावे लागले; परंतु आता तुझे चारित्र्य अधिकच विशुद्ध तेजाने झळाळून उठले आहे. तुझ्या तेजासह तुला पुनार्प्राप्त करणारा माझ्यासारखा दुसरा भाग्यवान पुरुष कोण असेल! सीते, अयोध्येचे सिंहासन तुझी प्रतीक्षा करत आहे.''

रामासन्मुख असलेल्या शेकडो कंठांतून हर्षनाद प्रगटला. नियतीने काही काळ धारण केलेले मायावी स्वरूप जणू आता विरून गेले होते.

रावणाचा मृतदेह पाहिल्यावर मंदोदरीने केलेल्या शोकाचे पडसाद शमले. जो बिभीषण – रावणाचा सख्खा कनिष्ठ भ्राता रावणाच्या सर्वनाशाला कारणीभूत झाला होता, त्याच बिभीषणाच्या हातून रावणाच्या मृतदेहावर अग्निसंस्कार संपन्न झाला होता. मंदोदरी कितीतरी वेळ नि:शब्द होती. एखादे आश्वासन मिळाल्यावर व्हावे, तशी! लंकेच्या दुर्गाबाहेरची भूमी रणक्षेत्र उरली नव्हती. स्मशानभूमी झाली

होती. रावणाच्या चितेच्या निखाऱ्यांवर शास्त्रोक्त विधीनुसार बिभीषणाने थंड जळाचा शिडकावा केला. मंदोदरीने चितेवरच्या निखाऱ्यांभोवती प्रदक्षिणा घातली. अस्थी गोळा करून वेदोक्त मंत्रोच्चारांसह बिभीषणाने त्या समुद्राच्या पाण्यात विसर्जित केल्या. रामलक्ष्मणांसह सर्व वानर आणि राक्षस सेनानायक त्या वेळी तेथे उपस्थित होते. सागराच्या पाण्यात मिसळून विसर्जित होत असलेल्या त्या अस्थिफुलांना सगळ्यांनीच वंदन केले.

सगळा विधी समाप्त झाल्यानंतर मंदोदरी रामापाशी येऊन म्हणाली, ''युद्ध तर संपले. माझ्या पतीचा तुम्ही वध केलात. मी तुम्हाला त्याबद्दल दोष देत नाही. सारेकाही कर्मगती-अनुसार होत असते हे मी जाणते.''

''जे काही तुम्हाला म्हणायचे आहे ते नि:संकोचपणे बोलून टाका देवी!'' राम हळुवारपणे म्हणाला.

''रघुनंदना, लंकेचा निरोप घेऊन तुम्ही लवकरच अयोध्येला जाऊन तेथे सिंहासनावर आरूढ व्हाल. वानरराज सुग्रीवही पुन्हा एकदा आपल्या किष्किंधेला परततील आणि पुन्हा एकदा आपले सिंहासन मिळवतील. लंकेचे भाग्यनियंता आता तुम्हीच आहात. बिभीषणाला राज्याभिषेक करून लंकेचे सिंहासन तुम्ही बहाल केलेच आहे. राहिले मी! आता मला अनुज्ञा द्यावी सीतापती, माझी गती आता काय असावी?''

मंदोदरीचा हा प्रश्न रामाला सर्वस्वी अनपेक्षित होता. क्षणभर राम विचारमग्न झाला.

''सांगा प्रभू!'' तारस्वरात मंदोदरी बोलू लागली. ''तुम्ही सर्व जण आपापले उर्वरित आयुष्य सुखाने व्यतीत कराल. मी आपले शेष जीवन कुठे कंठत राहू? कसे घालवू उरलेले आयुष्य? काय करू? कुठे जाऊ?''

रामाने डोळे मिटून घेतले. पळभरानंतर निर्णायक स्वरात तो म्हणाला, ''तुम्ही म्हणता ते खरेच आहे देवी! सर्व गोष्टी कर्माधीनच असतात. जशी आमची कर्मे आम्हाला आमच्या शेष जीवनाकडे घेऊन जात आहेत, तशीच तुमची कर्मेसुद्धा तुम्हाला एका विवक्षित दिशेने नव्या भूमिकेप्रत घेऊन जात असतील.''

''त्या नव्या भूमिकेचा मी अवश्य स्वीकार करने रघुनंदना! कारण महा काळाच्या वाणीची उपेक्षा करता येत नसते.''

''तर मग हे कल्याणी, माझा तुम्हाला अनुरोध आहे की, आता महाराज बिभीषणांसह तुम्ही पुन्हा लंकेच्या सिंहासनावर आरूढ व्हावे.''

''म्हणजे?''

मंदोदरीच नव्हे, तर रामाच्या मुखातून निघालेले शब्द लक्षपूर्वक ऐकणाऱ्या बिभीषणासह सर्वच जण अत्यंत चकित झाले. आणखी एक नवे कोडे?

“अर्थ स्पष्ट आहे राणी! आजपर्यंत तुम्ही लंकेची महाराणी म्हणूनच जगलात. उर्वरित आयुष्यातही तुम्ही राणी बनूनच राहावे. बिभीषणासह तुम्ही पुन्हा नव्याने आयुष्य सुरू करावे.”

सगळ्यांच्या नजरा बिभीषणाकडे वळल्या. बिभीषण सावध झाला. लपवण्याचे प्रयास करूनही त्याच्या चेहऱ्यावरची प्रसन्नता लपत नव्हती. रामाच्याही ते लक्षात आले. लंकेवर विजय मिळण्यात सिंहाचा वाटा त्याचाच होता. ही गोष्ट प्रत्येक जण जाणून होता. लंकेचे सिंहासन त्याच्या वाट्याला आले, ते त्याच्या प्रयत्नांचे फळ म्हणूनच! रामाला वाटले, ‘बिभीषणाला पुरस्कार देण्याची ह्याहून अधिक सुंदर संधी दुसरी कोणती असणार?’

मंदोदरीच्या मुखावर अगम्य भावना दाटून आल्या. तिच्या तोंडून शब्द फुटेना. तिने डोळे मिटले. तिचे ओठ थरथरू लागले.

“साशंक होऊ नका देवी! निघून गेलेल्या अतीताला चालून येणाऱ्या भविष्य काळातला अडथळा बनू देऊ नका. एकमात्र कल्याणमार्ग हाच काय तो आहे. महाराज बिभीषण आणि महाराणी मंदोदरी दोघे मिळून सुवर्णनगरी लंका पुन्हा एकदा देवेन्द्राच्या अमरापुरीच्या तोडीस तोड करून टाकतील ह्यात शंका नाही.”

जरा दूर उभ्या असलेल्या बिभीषणाला रामाने मंदोदरीजवळ नेले. मंदोदरीचे डोळे अजूनही मिटलेलेच होते. इतक्या निकट येऊन उभ्या राहिलेल्या दोन पुरुष-देहांच्या हालचालींनी कंपित झालेल्या हवेचा तिला स्पर्श झाला. तिचा चेहरा अधिकच निर्विकार झाला.

“हा इक्ष्वाकूवंशी राम तुम्हाला नवजीवनाचा स्वीकार करण्याचा अनुरोध करत आहे देवी! माझ्या इच्छेचा अनादर करू नका.”

मंदोदरीने डोळे उघडले. रामावर आणि बिभीषणावर तिने एक दृष्टी टाकली आणि दुसऱ्याच क्षणी ती रामाच्या चरणांपाशी बसली. बिभीषणानेही गुडघे टेकवून रामाला प्रणाम केला. उजवा हात उभारून रामाने स्मित केले.

अयोध्येस परतताना एखादा दिवस तरी रामाने किष्किंधा नगरीत थांबावे, असा सुग्रीवाने अतिशय अगत्याने आग्रह केला. सुग्रीव आणि त्याचे वानरसैन्य ह्यांच्या साहाय्याविना हे युद्ध जिंकणे किती दुष्कर होते ह्याची रामाला पूर्ण कल्पना होती. अयोध्येस पोहोचण्यास एखाद्या दिवसाचा विलंब झाला असता, तरी विशेष फरक पडणार नव्हता; परंतु किष्किंधेस भेट दिली असती, तर मात्र सुग्रीवासह सगळ्याच

वानरांना अतिशय आनंद झाला असता आणि सीतेलाही नगरी पाहायला मिळाली असती, अशा उद्देशाने रामाने सुग्रीवाचा आग्रह मान्य केला.

किष्किंधेच्या राजभवनात आनंदोत्साहाला उधाण आले होते. सगळी नागरी वस्ती नगरीच्या विशाल पटांगणाकडे लोटली होती. युद्धाहून परतलेले वानरसैन्य आणि त्यांचे सेनानायक चारी बाजूंना यथायोग्य आसनांवर स्थानापन्न झाले होते. अवघी नगरी जणू सोळा शृंगारांनी सजली होती. सर्वत्र आनंद, प्रसन्नता, प्रफुल्लता ओसंडून वाहत होती. ज्या सिंहासनावर बसून एके काळी वालीने आणि तारामतीने प्रजेचे अभिवादन स्वीकारले होते, वालीवधानंतर ज्या सिंहासनावरून सुग्रीव-तारामतीनेही प्रजाजनांकडून अभिवादन स्वीकारले होते, त्याच सिंहासनावर आता अतिथी-रूपाने अवतरलेले राम-सीता आरूढ होणार होते. किष्किंधेचे राजसिंहासन आपल्याला रामाच्या कृपेनेच प्राप्त झाले आहे, ही भावना सुग्रीवाच्या मनात घर करून होती. त्यामुळे खरे पाहता रामच किष्किंधेचे स्वामी आहेत, अशी त्याची मनोमन भावना होती. अतिथी रूपाने रामाचे आगमन झाले असल्याने रामानेच त्या सिंहासनावरून किष्किंधेला आशीर्वाद द्यावे, असा सुग्रीवाचा अत्याग्रह होता. रामाने सुग्रीवाच्या इच्छेचा स्वीकार केला.

यथासमयी सीता आणि लक्ष्मण ह्यांच्यासमवेत रामाने सभामंडपात प्रवेश केला. सुग्रीव, अंगद, हनुमान इत्यादी तेथे उपस्थित होतेच. त्याशिवाय महाराणी तारामतीही तेथे होती. सत्कारविधींनंतर, वानरांचा प्रचंड जयघोष शमल्यावर सुग्रीव रामाला सिंहासनापर्यंत घेऊन आला. राम त्यावर आरूढ झाला. त्याच वेळी तारामतीही सीतेसह तेथे पोहोचली. रामाशेजारी मांडलेल्या सुवर्णमंडित आसनावर बसण्याची तिने सीतेला विनंती केली. सीता तारामतीच्या सिंहासनावर विराजमान झाली. वानरसभेने पुन्हा एकदा आनंदाने जयघोष केला.

–आणि काय नवल! सिंहासनावर टेकते न टेकते तोच सीता पुन्हा उठून उभी राहिली. आश्चर्यातिरेकाने सगळे पाहू लागले. सीतेने असे का बरे करावे? प्रश्नार्थक नजरेने रामाने सीतेकडे पाहिले. सीता काहीच बोलली नाही. जरा संकोचून पुन्हा आसनावर बसली.

पुन्हा तेच घडले. आसनावर बसताक्षणीच एखादा तीव्र झटका बसल्यागत सीता उठून उभी राहिली. ह्या वेळी सीतेच्या चेहऱ्यावर गोंधळून गेल्यासारखे, कावरेबावरे भाव स्पष्ट दिसून येत होते.

"काय होत आहे सीते?" सीतेजवळ मुख आणून हळूच, दबक्या आवाजात रामाने प्रश्न केला. "तू आसनावर बसत का नाहीस?"

"आर्यपुत्र, मला आसनावर बसताच येत नाही. हे सिंहासन जणू धगधगत्या अग्निसारखे दाहक झाले आहे. त्यावर बसणे मला शक्य होत नाही." सीतेचा स्वर

कंप पावत होता.

''म्हणतेस काय कल्याणी? महाराणींचे सिंहासन आहे ते. अग्नीसारखे तप्त कसे असेल?'' असे म्हणून रामांनी तारामतीच्या त्या रिक्त सिंहासनावरून हात फिरवला. ''हे बघ, माझ्या हाताला साधा चटकाही बसत नाही. तुला काहीतरी भ्रम होत असावा. तू निश्चिन्तपणे आसनावर बस.''

रामाची आज्ञा पाळण्यासाठी सीतेने पुन्हा एकवार त्या सिंहासनावर बसायचा प्रयत्न केला. ह्या वेळीसुद्धा, जळत्या निखाऱ्यांचा चटका बसावा तशी ती ताडकन उठली. ''छे! आर्यपुत्र, हे सिंहासन अतिउष्ण आहे. अंगारासारखे तप्त आहे. त्याची उष्णता मला सहन होत नाही. मी येथे कशी बसू? मी ह्यावर बसूच शकत नाही.''

''का बरे?'' जवळच असलेल्या लक्ष्मणाने सिंहासनाजवळ सरकून आश्चर्याने विचारले. ''सिंहासन कसे तप्त असेल?'' सीता ज्या सिंहासनावरून पुन:पुन्हा उठत होती त्याच सिंहासनावर लक्ष्मण बसला. एक क्षण शांतपणे तेथेच बसून राहिला. नंतर सीतेकडे वळून त्योन स्मित केले.

''हे पाहा माते, मी येथेच बसलो आहे. कुठे आहेत तप्त निखारे? तुम्हाला भ्रमच होत असावा. नि:शंकपणे बसा ह्या आसनावर.''

लक्ष्मण तेथून उठला.

राजसिंहासनापाशी काहीतरी अघटित चालले आहे आणि वानरवीर कसल्याशा गोंधळात गुंतले आहेत, ह्याची कल्पना एव्हाना सगळ्या सभेला आली होती. इकडेतिकडे उभे राहून, माना उंचावून कुतूहलाने सगळे त्या दिशेला बघण्याचा प्रयत्न करत होते.

लक्ष्मण सिंहासनावरून खाली उतरल्यावर नव्या विश्वासाने पुन्हा एकदा सीता त्या आसनावर टेकली. पुन्हा तसेच घडले. कोणीतरी अतिशय जोराने ढकलून दिल्यासारखी ती तटकन उठली. तिची काया थरथर कापत होती. अतिशय रोषाने ती म्हणाली, ''नाही कसे, हे सिंहासन खरोखरच अत्यंत तप्त आहे. त्यावर बसणे अशक्य आहे.'' बोलता बोलता सीतेच्या डोळ्यांत अश्रू उभे राहिले.

वानरसभेत खळबळ माजली.

''महाराज सुग्रीव,'' लक्ष्मणाच्या डोळ्यांत केवळ नाराजीच नव्हे, तर क्रोधही प्रगटला. ''देवी सीता असत्य-भाषण कधीच करणार नाहीत. हे सिंहासन मला किंवा ज्येष्ठ भ्राता रामांना चटके देत नाही, परंतु सीतेला मात्र त्यावर बसणे अशक्य व्हावे इतके तप्त भासते. ह्याचा अर्थ इतकाच की, ह्या वानरसभेमध्ये कोणीतरी हा मायावी कपट-खेळ मांडला आहे.'' नंतर सभेला उद्देशून लक्ष्मण बोलू लागला, ''ज्या कोणी हा डाव रचला असेल, तो एका क्षणात येथे शरण आला नाही, तर ही संपूर्ण सभाच मी नष्ट करून टाकीन.''

सभा थरारली.

"लक्ष्मणा, तू परमवीर पुरुष आहेस. ही सभाच काय, समग्र किष्किंधा नष्ट करण्याचे सामर्थ्य तुझ्यात आहे, हे सर्वज्ञात आहे." एवढा वेळ तटस्थपणे सर्व घटना निरखत असलेली महाराणी तारामती मस्तक किंचित उचलून सहजशांत स्वरात म्हणाली. "परंतु हे वीरा, समग्र किष्किंधेचा नाश करून झाल्यावरही हे रहस्य तुझ्या हाती लागणे शक्य नाही."

"म्हणजे? तुम्हाला काय म्हणायचे आहे देवी तारामती?" संभाषण खंडित करत राम उद्गारला.

"माझ्या म्हणण्याचे तात्पर्य अगदी स्पष्ट आहे रघुनंदना! तुम्हा कोणालाच त्या सिंहासनाची धग जाणवणार नाही. ते सीतेला आणि केवळ सीतेलाच तप्त अंगारासारखे वाटेल."

"तुम्ही मोठ्या कोड्यात टाकत आहात कल्याणी. अग्नीचा धर्म परिवर्तनशील कधीच नसतो."

"अयोध्यापती रामा, हे सिंहासन महाराणी तारामतीचे आहे." तारामती बोलू लागली. "तारामतीने आपला पती वाली ह्याच्यासह वर्षानुवर्षे ह्या सिंहासनावर बसूनच वानरसभेचे अभिवादन स्वीकारले होते. त्यानंतर आपल्या कृपेने त्याच तारामतीला वालीऐवजी त्याचा वध करवणाऱ्या महाराज सुग्रीवाबरोबर पुन्हा राजधर्माचे पालन करावे लागले.

"एकदा एका पुरुषाला समर्पित झाल्यानंतर पुन्हा त्याच निष्ठेने दुसऱ्या पुरुषाला समर्पित होणे एका स्त्रीला किती कठीण जाते, त्याची प्रतीती हे सिंहासन करवून देते. गेले कित्येक दिवस मलाही हे सिंहासन तप्त अंगारासमानच वाटत आले आहे आणि तरीही तो प्रकृतिदत्त धर्म मानून मी निष्ठेने निभावत आले आहे. त्याच्या उग्रतेचा अंदाज तुम्हाला कोणाला येणेच शक्य नाही. ते केवळ सीतेलाच कळेल."

तारामतीने बोलणे थांबवले. सभेत विचित्र शांतता पसरली. तारामतीने केलेले कथन सगळ्यांच्या कल्पनेपलीकडे होते.

"क्षमा करा भगवंत." किंचित काळ थांबून तारामती म्हणाली. "हे कसलेही षड्यंत्र नाही. ते कोणी मुद्दाम रचले ही नाही. हा तर प्रकृतिक्रम आहे. स्त्री-सुलभ स्वभावाचा सहजधर्म आहे. स्त्रीस्वभावाचा हा सहजधर्म कोणताही पुरुष कधीच समजू शकणार नाही. ते एखाद्या स्त्रीलाच शक्य आहे." नंतर लक्ष्मणाकडे वळून ती म्हणाली, "सुमित्रानंदन, आता तुझ्या इच्छेप्रमाणे तू ही सभा नष्ट करू शकतोस."

रामाची नजर दूर आकाशात स्थिरावली. वालीचा वध केल्यावर स्वत: रामानेच

तारामतीचा सुग्रीवाशी विवाह लावून दिला होता. वालीवधाचा तो क्षण रामाच्या दृष्टीपुढे तरळून गेला. शेवटच्या श्वास घेत असलेल्या वालीने रामाला प्रश्न केला होता, ''रामा, तू तर धर्मध्वज म्हणवतोस, अयोध्येचा राजकुमार आहेस तू आणि तरीही एका वृक्षाच्या आडून तू असे अधर्माचरण का करावेस?''

त्या वेळी रामाने उत्तर देण्यापुरते म्हटले होते, ''हे वानरा, मृगया हा राजाचा धर्म आहे. तुझी शिकार करण्यात मी कोणताच अधर्म आचारला नाही.''

त्यानंतर वालीच्या रक्तरंजित मृतदेहापाशी तारामतीने विलाप केला होता – ''नाथ, माझ्या मनात अमंगळाच्या आशंका उत्पन्न होत आहेत, असे मी तुम्हाला नव्हते का म्हटले? स्वत:च्या पौरुषावरचा, पराक्रमावरचा तुमचा अतिविश्वास माझ्या वैधव्याला कारणीभूत आहे. कोणाही शहाण्या पित्याने आपली कन्या युद्धवीर शूर पुरुषाला देऊ नये. आज माझे सौभाग्य मला सोडून गेले आहे.'' नंतर रामाकडे वळून तिने म्हटले होते, ''हे वीर पुरुषा, तुमच्या हातात ही तेजस्वी शस्त्रे अतिशय शोभून दिसत आहेत. ज्या धनुर्विद्येच्या साहाय्याने तुम्ही माझ्या पतीचा वध केलात, त्याच धनुर्विद्येचा उपयोग करून आता माझाही वध करा, अशी मी तुम्हाला विनंती करते.''

–आणि त्यानंतर रामाच्या अनुज्ञेने सुग्रीवाने तारामतीचे पाणिग्रहण केले होते. वालीपत्नी तारामती सुग्रीवपत्नी झाली होती.

–आणि हा इतका काळ सुग्रीवपत्नी तारामती ह्या तप्त सिंहासनावर बसून राजधर्माचे पालन करत होती!

''सुग्रीवा,'' रामाचा स्वर किंचितसा कंप पावत होता. ''तुम्ही सर्वांनी मला श्रद्धेय मानून साहाय्य केले त्याबद्दल मी कृतज्ञ आहे; परंतु आता ही सभा तत्काळ विसर्जित करा!''

आनंदातिरेकाने उसळलेला अयोध्यानगरीचा उन्माद रात्री उशीरपर्यंत ओसरला नव्हता. कारणही तसेच होते. चौदा वर्षांच्या वनवासानंतर अयोध्येच्या राजकुमार श्रीरामाला आज राज्याभिषेक झाला होता. गेली चौदा वर्षे अयोध्येचे आबालवृद्ध ज्या घडीची आतुरतेने प्रतीक्षा करत होते, ती घडी त्यांच्या आयुष्यात उगवली होती. महाराज दशरथांचा युवराज कौसल्यानंदन राम आणि त्याची धर्मपत्नी विदेहनंदिनी सीता ह्या दोघांचा राज्याभिषेक संपन्न झाला होता.

उण्यापुऱ्या चौदा वर्षांच्या दीर्घ कालावधीनंतर आता अवघ्या काही क्षणांतच राम आपल्या दाम्पत्यजीवनात पुन्हा प्रवेश करणार होते. अंत:पुरातील सेविकांनी शयनकक्ष अत्यंत सुशोभित केला होता. त्या शृंगारलेल्या शयनकक्षात आपल्या मंचकावर बसलेले राम सीतेची प्रतीक्षा करत होते. संपूर्ण नगर निद्रावश झाले होते. निद्रिस्त नगरावर आकाशातून क्षणाक्षणाला ओंजळी भरभरून नीरव सौंदर्य सांडत होते. आजच्या ह्या अनोख्या क्षणासाठी सीता आपल्या कक्षात साजशृंगार करत होती. अंत:पुरातील सर्वांत अनुभवी रसिक दासी तिच्या शृंगारावरून अखेरची सराईत नजर फिरवत होती.

साजशृंगार करून झाला. अधीर सीतेच्या पाठीवर हात ठेवून दासी तिला शयनकक्षाकडे घेऊन निघाली. सीतेने अत्यंत हळुवारपणे शयनकक्षाचा उंबरठा ओलांडून उजवा पाय आत ठेवला. त्या नीरव शांततेतही रामांना सूक्ष्म कंप जाणवला.

''देवी, पतीला भेटायला खूपच अधीर झालेल्या दिसता.'' एक पाय शयनकक्षात आणि दुसरा बाहेर ठेवून उभ्या असलेल्या सीतेला हाताने जरासे अडवून दासी म्हणाली. ''इतके नटवले, सजवले तुम्हाला, त्याबद्दल मला काहीच बक्षीस देणार नाही?''

रामाची दृष्टी उंबरठ्यापर्यंत पोहोचली. अतीव सुंदर भासणारा सीतेचा अर्धाच

देह रामाला दिसला. अर्धा अजून उंबरठ्याबाहेर होता. दासीने उच्चारलेला एक शब्द मात्र रामाने नीट ऐकला होता.

"सीतेला आत येऊ दे शुभांगी, तुला यथायोग्य पुरस्कार मिळेल असे मी वचन देतो. तूही आत ये. माझ्याकडून काय मागायचा तो इच्छित वर सीतेसमक्षच मागून घे." रात्रीच्या नि:शब्द शांततेत रामांचे शब्द कक्षभर निनादले.

दासीसह सीता दबत्या पावलांनी आत आली. मंचकासमोर ठेवलेल्या एका चौरंगावर सीता बसली. दासी अदबीने बाजूला उभी राहिली.

"भद्रे," दासीकडे पाहून तिचा संकोच दूर करत राम म्हणाले, "सीतेला अद्‌भुत साजशृंगार करून दिलास त्याबद्दल जो काही पुरस्कार मिळावा असे तुला वाटत असेल, तो तुला मिळेल; निश्चिन्त अस. सांग तर, काय आहे तुझी इच्छा?"

"क्षमा करावी महाराज!" दोन्ही हात जोडून दासीने मस्तक नमवले. माझ्या मागणीचा उच्चार लक्ष्मणाच्या उपस्थितीतच करायची माझी इच्छा आहे. तुम्ही आत्ता, ह्या घडीला लक्ष्मणाला येथे बोलावून घ्याल तर –"

राम आणि सीता दोघांनी एकदमच एकमेकांकडे पाहिले. परस्परांची दृष्टी भिडली आणि एकाच वेळी दोघांनी दासीकडे नजर वळवली.

"हे तू काय बोलतेस?" रामाने प्रश्नार्थक नजर करत विचारले. "आत्ता, मध्यरात्रीचा सुमार होऊन गेल्यानंतर लक्ष्मणाला बोलावून घेण्यात कोणते औचित्य आहे? तू मुळीच चिंता करू नकोस. लक्ष्मणाकडून तुला काही हवे असेल, तर माझ्या एका शब्दासरसे लक्ष्मण तुला ते अवश्य देईल."

"तसे नाही प्रभू! तुम्ही मला बक्षीस देणारच असाल, तर आत्ताच्या आत्ताच मला काही सांगायचे आहे; पण ते मी लक्ष्मणाच्या समक्षच सांगेन."

एक क्षुल्लक दासी रामापुढे मोठीच अडचण उभी करत होती. रामाने वचन दिले होते. काही क्षणांपूर्वीच तो दासीला म्हणाला होता, 'तुला पुरस्कार देण्याचे मी वचन देतो.' आणि आता त्या वचनानुसारच दासीची मागणी होती, 'लक्ष्मणाला येथे बोलावून घ्या!'

एकवचनी राम एकदा वचन देऊन चुकल्यानंतर दासीची मागणी अव्हेरणार कसा?

"ठीक आहे." रामाने चाचरत उत्तर दिले. चौदा वर्षांच्या वनवासात त्याची पत्नी त्याच्या समीप होती. त्या सहवासात वैवाहिक सुखाचा समावेश नसला, तरी पत्नीचे सान्निध्य होते; पण कनिष्ठ भ्राता लक्ष्मण तर पत्नी-सहवासाच्या सुखालाही त्या काळात पारखा होता. पत्नीचा वियोग सहन करून त्याने एकट्याने स्वत:ला समर्पित केले होते. 'चौदा वर्षांच्या प्रदीर्घ वियोगानंतर स्वत:च्या पत्नीला, उर्मिलेला प्रथमच भेटणाऱ्या भावाला तेथून उठवून अशा अवेळी इकडे बोलावून घ्यायचे

ह्याचा अर्थ.... त्याचा अर्थ जो होईल तो होवो; परंतु ह्या दासीला दिलेले वचन पाळता आले नाही, तर मात्र अनर्थ ओढवेल.'

रामाने दासीची मागणी मान्य केली.

ऐन मध्यरात्रीनंतर रामाच्या शयनकक्षात लक्ष्मणाने हजर होणे ही अभूतपूर्व घटना होती. चौदा वर्षांनंतर प्रथमच स्वत:च्या शयनकक्षात पत्नीसमवेत असणाऱ्या लक्ष्मणाला ज्येष्ठ भ्रात्याचा संदेश मिळाला, त्या वेळी त्याच्या मनात असंख्य तर्क-कुतर्कांनी थैमान घातले.

तरीही लक्ष्मण लगबगीने आला. आता रामाच्या कक्षात स्वत: राम-सीता आणि ती दासी ह्यांच्यात लक्ष्मणाची भर पडली.

"हा पाहा भद्रे, तुझ्या इच्छेनुसार आता लक्ष्मण येथे उपस्थित आहे. तुला दिलेल्या वचनाच्या अर्ध्या भागाचे पालन झालेच आहे. आता उरलेला अर्धा भाग तुझा पुरस्कार मागून तू सत्वर पूर्ण कर."

"जशी आज्ञा महाराज!" एवढे बोलून दासीने आपला चेहरा लक्ष्मणाकडे वळवला. "हे सुमित्रानंदना, वीरा, तुमच्या समोर बसलेल्या सौंदर्यवती तरुण स्त्रीला – जिचे नाव सीता आहे – जी तुमच्या ज्येष्ठ भ्रात्याची पत्नी आहे, अशा ह्या स्त्रीला तुम्ही कधी टक लावून, निरखून, नखशिखान्त न्याहाळून पाहिले आहे का?"

लक्ष्मणाला क्रोध अनावर झाला. "म्हणजे? काय बडबडतेस तू हे? तुझ्या ह्या उद्धटपणाबद्दल...."

"तुम्ही माझा शिरच्छेद करू शकता. ठाऊक आहे मला! परंतु तुमच्या ज्येष्ठ बंधूंनी मला वचन दिले आहे ते जोपर्यंत पूर्ण होत नाही, तोपर्यंत तुम्ही उतावळेपणाने असे काही पाऊल उचलाल, तर तुमच्या कुळाची परंपरा, तुमचा कुलधर्म लोप पावेल."

"तुला अभय आहे दासी." राम म्हणाला. दासीच्या बोलण्यामागे कुठेतरी काहीतरी गूढ रहस्य दडलेले होते, हे रामांच्या ध्यानात आले. "आता अधिक वेळ न दवडता तुला जे मागायचे आहे ते लवकर मागून टाक. ते तुला अवश्य मिळेल."

"तर मग लक्ष्मणा, क्षणभर क्रोधाचा त्याग करून, मन स्थिर करून तुझ्या समोर बसलेल्या सौंदर्यावती स्त्रीला नखशिखान्त न्याहाळून घ्या. येणाऱ्या भावी काळात तुम्हाला ते अनिवार्य ठरणारच आहे. रावणाने सीतेला पळवून नेले तेव्हा तुम्ही दोघे तिला सर्वत्र शोधत होतात. किष्किंधेच्या ऋष्यमूक पर्वतावर सीतेचे अलंकार सापडले त्या वेळी, 'नूपुरांखेरीज इतर कोणतेच अलंकार माझ्या परिचयाचे नाहीत, कारण रोज प्रात:काळी सीतेला वंदन करताना मी फक्त तिचे चरणच पाहिले आहेत. तिच्या संपूर्ण देहाकडे माझी दृष्टी कधीच गेली नाही.' असे लक्ष्मणा,

तुम्ही म्हटल्याचे माझ्या कानी आले आहे.''

"होय, पण त्याचे आत्ता काय?''

"हे सारे आत्ता बोलण्याचे कारण इतकेच की, रामांच्या पश्चात ज्या स्त्रीशी विवाह करून, अयोध्येच्या सिंहासनावर बसून राजधर्माचे पालन करायची वेळ येईल, त्या स्त्रीशी एव्हापासूनच थोडा घनिष्ठ संबंध येऊ द्याल, तर तुम्हालाच काय, सीतेलाही नवा संसार मांडताना फारसे अवघड जाणार नाही. सुग्रीवाशेजारी सिंहासनावर बसताना तारामतीच्या वाट्याला आले, तसे तप्त अंगारासारखे सिंहासन सीतेच्या वाट्याला यायला नको!''

"दासी!'' रामाच्या आवाजात इतका क्षोभ ह्यापूर्वी कधीच नव्हता. रावणाला वधतानाही नव्हता.

"राग आवरावा प्रभू! रावणाच्या पश्चात मंदोदरी बिभीषणाची पत्नी झाली, वालीवधानंतर तारामतीला सुग्रीवाचा सहवास मिळाला. तुम्ही ज्येष्ठ बंधू असल्यामुळे तुम्ही आधी निरोप घेणार हे क्रमप्राप्तच आहे. त्यामुळे तुमच्या पश्चात लक्ष्मणाला आणि सीतेला तुम्हीच आखून दिलेल्या मार्गाने जाणे भाग आहे. त्या वेळी तिला ते सारे कठीण जाऊ नये, म्हणूनच मी हा प्रपंच रचला आहे. माझ्या हातून काही वावगे घडले असेल तर क्षमा करा.''

दासीने सगळ्यांकडे पाठ फिरवली. संथ पावले टाकत ती कक्षाच्या बाहेर पडली.

राम, लक्ष्मण आणि सीता तिघेही कितीतरी वेळ सुन्नपणे उभे होते.

रात्र कशीबशी सरली, परंतु रामाचे चित्त अत्यंत अस्वस्थ करून गेली. वालीच्या कलेवरापाशी करुण आक्रोश करत वारंवार माथा आपटून घेणारी तारामती आणि नंतर किष्किंधेच्या सिंहासनावर सुग्रीवाशेजारी बसलेली महाराणी तारामती ही दोन्ही दृश्ये एकाच वेळी त्याच्या नजरेपुढे येत होती, तर दुसऱ्याच क्षणी रावणाच्या वधानंतर रणभूमीवर त्याचा मृतदेह कवटाळून विलाप करणाऱ्या मंदोदरीचा हृदयद्रावक टाहो त्याच्या कानी घुमत होता. आता लंकेच्या राजसिंहासनावर बिभीषणानिकट बसून दाम्पत्यधर्म निभावणाऱ्या मंदोदरीचे कल्पना-चित्र त्याच्या मनश्चक्षूंसमोरून हटत नव्हते. आक्रोश करते वेळी ह्या दोन्ही स्त्रिया मस्तक आपटून घेत होत्या. त्या आवाजाचे पडसाद आत्ताही रामाच्या कानात उठत होते.

ह्या परस्परविरोधी दृश्यांना आपणच जबाबदार आहोत, असे रामाला राहून राहून वाटत होते. किष्किंधेच्या सिंहासनावर दाहक अंगारांसह तो धर्म तारामतीने पाळला होता आणि त्याच सिंहासनावर सीता मात्र क्षणभर टेकूही शकली नव्हती. 'समजा, खरोखर आपल्याला ह्या संसाराचा लवकरच निरोप घ्यायची वेळ आलीच, तर ती दासी म्हणाली त्याप्रमाणे... तारामतीला सुग्रीवाची आणि मंदोदरीला बिभीषणाची

सहधर्मचारिणी व्हावे लागले तसे... तसे... सीतेला... लक्ष्मणाशी....'

रामाच्या मनाला तो विचार सहन होईना. त्याने मन वारंवार ती शक्यता नाकारू लागले. 'असे कदापी घडणे नाही. तारामती वानर-स्त्री आहे... आणि मंदोदरी राक्षसी... सुग्रीव वानर अन् बिभीषण राक्षस आहे... म्हणून काय झाले? हे वानर, हे राक्षस... शेवटी सगळी आर्यकुलांचीच संताने नाहीत का? ब्राह्मण, क्षत्रिय, देव, यक्ष सगळ्यांनी त्यांच्याशी विवाह-संबंध जुळवले आहेतच. कोणत्याही कुळातील असो, स्त्री ही शेवटी स्त्रीच असते आणि पुरुष हा पुरुष असतो. स्त्री-पुरुषांमधील नात्याचा व्यापक अर्थ एकदा स्वीकारला तर लक्ष्मण आणि सीताही शेवटी पुरुष आणि स्त्री एवढेच उरतात.'

राज्यकारभारात रामाचे चित्त लागेना.

दाम्पत्य-धर्म पाळणेही रामाला अप्रिय वाटू लागले.

आपली मन:स्थिती कोणापुढे उघड होण्याआधीच कुलगुरू वसिष्ठांच्या आश्रमात जावे आणि आपल्या मनाची व्याकूळ अवस्था त्यांना सांगून त्यांचे मार्गदर्शन घ्यावे, असे रामाने ठरवले. एके दिवशी पहाटेच राम वसिष्ठांच्या आश्रमात पोहोचला.

कुलगुरूंची प्रात:संध्या नुकतीच आटोपली होती. यज्ञवेदीतून उठणाऱ्या धूम्ररेषा अजून वातावरणात लहरत होत्या. मंत्रपठणांचे प्रतिघोष शमले नव्हते. जवळूनच वाहणाऱ्या शरयूच्या जलप्रवाहाचा गारवा घेऊन येणारा वारा अतिशय आल्हाददायक वाटत होता. गोशाळेतील गाई केव्हाच चरायला निघून गेल्या होत्या. मागे राहिलेली वासरे कावरीबावरी होऊन हंबरत होती. कोणतीही राजचिन्हे धारण न करता, कसलीही पूर्वसूचना दिल्याविना अचानक एकट्या रामाला येताना पाहून वसिष्ठांना आश्चर्य वाटले.

"रघुनंदन रामा," आपल्या आसनावरूनच त्यांनी रामाचे स्वागत केले. "ह्या आश्रमात तुझे स्वागत असो!"

"प्रणाम कुलगुरू!" रामाने वसिष्ठांच्या चरणांशी मस्तक टेकवले.

"कल्याणमस्तु!"

कुलगुरूंच्या समोरच त्यांच्या आसनापेक्षा जरा खालच्या आसनावर राम बसला.

"अयोध्येत सर्वकाही क्षेमकुशल आहे ना?"

"होय भगवन्! आपल्या कृपेने अयोध्या सर्व प्रकारे सुखी आहे."

"तर मग वत्सा, तुझ्या चेहऱ्यावर ही उद्विग्नता का? इतक्या पहाटे, कोणतीही पूर्वसूचना न देता तू असे एकट्यानेच आगमन का करावेस?"

"आपण म्हणता ते खरेच आहे कुलगुरू." राम सावकाश बोलू लागला. "आपल्या वरदहस्ताने अभिषेकाचे भाग्य लाभले असूनही चित्ताला स्वस्थता नाही.

अशी एक समस्या माझ्यापुढे उभी आहे, ज्या कारणे माझे मन राज्यकारभारात लागत नाहीच; पण माझ्या कौटुंबिक जीवनातही ते सदैव व्यग्रच असते. आपल्याकडून मार्गदर्शन घ्यावे ह्या उद्देशानेच मी येथे आलो आहे.''

''अशी समस्या तरी काय आहे?'' वसिष्ठांनी वात्सल्याने विचारले.

रामाचे ओठ हळूच हलले. सगळी हकिकत त्याने क्रमाक्रमाने, सावकाश सांगायला सुरुवात केली. तारामतीचा विलाप आणि तिचा सुग्रीवाशी विवाह, मंदोदरीचा आक्रोश आणि त्यानंतरचे तिचे बिभीषणाशी लग्न, किष्किंधेच्या तप्त सिंहासनावर सीता क्षणभरही बसू शकली नव्हती तो वृत्तान्त आणि सरतेशेवटी अयोध्येतील आपल्या शयनकक्षात ऐन मध्यरात्री त्या दासीने उभे केलेले भविष्य काळातील कल्पना-चित्र... रामाने सारे कथन केले. बोलणे संपवताना रामाला जणू कल्पनेनेच शहारा आला. चेहऱ्यावरची रेषाही हलू न देता वसिष्ठांनी रामाची ही व्यथाभरली कथा संपूर्ण शांतपणे ऐकून घेतली.

''इतक्या क्षुल्लक घटनेने तू इतका व्यग्रचित्त का म्हणून झाला आहेस रामा?''

''क्षुल्लक? भगवंत, आपल्याला ही गोष्ट क्षुल्लक वाटते?''

''अर्थातच! महा काळाच्या एकूण व्यापात पूर्वीही अनेक राम होऊन गेले आहेत. त्या सगळ्या रामांनी आपापल्या प्रत्येक जन्मात कोठे ना कोठे कोणत्या ना कोणत्या रावणाशी संघर्ष केला आहे. केव्हातरी एखाद्या रामाने वृक्षाआडून एखाद्या वालीचा वधही केला आहे. महा काळाला कशाचेच आश्चर्य वाटत नसते. ज्या मार्गाने तारामती गेली, मंदोदरी गेली, त्याच मार्गाने जर सीताही गेली तर....''

''असंभव! आपण हे काय बोलता गुरुदेव?''

''सीतेच्या बाबतीत जी कल्पना तुला असह्य वाटते, जिला तू असंभव म्हणतोस,'' वसिष्ठांच्या मुखावर एक अस्फुट स्मित उमटले. ''तीच घटना तुला तारामती किंवा मंदोदरीच्या बाबतीत असंभव वाटली नाही? ती घटना तूच संभव ठरवलीस. तूच ते घडवून आणलेस. सीतेसाठी आता तोच न्याय तुला का स्वीकारता येऊ नये?

''तेच मला कळत नाही कुलगुरू. म्हणूनच मी आपल्या आश्रयाला आलो आहे. आपणच मला मार्ग दाखवा. मी केले ते पाप होते का? नसेल, तर आता सीता आणि लक्ष्मणाच्या संदर्भात तोच मापदंड मी का मान्य करू शकत नाही?''

''रामा, महा काळाचे मूल्यमापन करताना जो मनुष्य पूर्णतया तटस्थ राहू शकतो, त्याला अशी कोठलीही समस्या ग्रासत नसते. स्वत: महा काळच आपली रहस्ये त्याच्यासमोर उलगडून दाखवत असतो.''

''समजलो नाही गुरुदेव!'' रामाचा चेहरा प्रश्नार्थक झाला.

''सांगतो. तू रावणाचा वध केलास. हजारो वानर-राक्षसादींनी तुझ्या ह्या

विजयासाठी आपले प्राण अर्पण केले. असा हा विजय तू कशासाठी मिळवलास, सांगशील का?''

''रावणाने एका परस्त्रीला जबरदस्तीने पळवून नेले होते भगवन्! जो पुरुष असे अधर्माचरण करत असेल, त्याचा वध करून धर्माची आणि नीतीची पुनर्स्थापना करणे, हे माझे कर्तव्य आहे असे मला वाटले, म्हणूनच मी रावणाचा वध केला. ह्यात माझ्या हातून काही चूक घडली का?''

''धन्य रामा, धन्य!'' वसिष्ठ उद्गारले. ''तुझा काहीच दोष नाही. तू केलेस ते धर्मानुसारच होते.''

''तर मग माझा अंतरात्मा असा उद्विग्न का? धर्माच्या अनुसरणाने तर शांती लाभली पाहिजे.''

''अवश्य! तुलाही शांतीच प्राप्त होईल रामा. त्याकडे पाहण्याचा तुझा दृष्टिकोन तेवढा बदलून टाक.

''दृष्टिकोन? आपणच काय ते समजवा गुरुदेव!''

''रामा, तू म्हणालास त्याप्रमाणे तू केलेला रावणवध म्हणजे अधर्माशी आणि अनीतिशी दिलेला लढा होता. लोक केवळ एवढेच समजतात की, आपली पत्नी परत मिळवण्यासाठी रामाने हजारो सैनिकांचे प्राण घेतले; परंतु हे पूर्ण सत्य नाही, ह्याची तू लोकांना प्रतीती आणून दिली पाहिजेस.''

''ती कशी? युद्ध संपल्यावर मी लंकेच्या सीमेवरच सीतेची अग्निपरीक्षा घेतली होती; तीही हजारो लोकांसमक्ष!''

''हाच तर्कदोष आहे रामा. ती परीक्षा तू आपल्या स्वतःच्या कुलाभिमानाचे रक्षण करण्यासाठी घेतली होतीस. ह्यात धर्माचा अथवा नीतीचा काही संबंध नव्हता.''

''माझा थोडा जरी दोष असेल, तर हे कुलगुरू, तुम्हीच मला ह्या दोषातून आता मुक्त करा.''

''दोष-मुक्तीचे दोनच मार्ग आहेत. पैकी पहिला मार्ग तुला आवडो वा ना आवडो, महा काळाने स्वीकारलाच आहे. ह्या युद्धाआधी कुणा एका व्यक्तीने असा एवढा महासंहार घडवून आणल्याचे मनुष्यमात्राच्या स्मृतिपटावर नाही. दुर्दैवाने लंका-विजयासाठी घडलेल्या महासंहाराला तुलाच जबाबदार धरले जात आहे.

''त्यामुळे येणाऱ्या पिढ्या आता मृत्यूशी तुझेच नाव आपोआप जोडून टाकतील. राम आणि मृत्यू जणू एकरूपच होऊन जातील. आप्त जनांच्या मृत्यूसमयी आणि मृत्यूनंतर अंतिम संस्कारांच्या वेळी तुझेच स्मरण करतील – हे राम!''

शिर लववून राम ऐकत होता.

''आणि दुसरा मार्ग – दुष्कर असूनही तुला स्वीकारावा लागेल.'' स्वतःशीच

बोलावे तसे एक एक शब्द सावकाश उच्चारत वसिष्ठ सांगू लागले, ''आगामी पिढीला तुला जाणवून द्यावे लागेल की, घडला तो महा संहार तू सीता परत मिळावी ह्या उद्देशाने नव्हे, तर अधर्म आणि अनीतीचा बीमोड करण्यासाठी केला आहेस. ह्याची प्रतीती तुला आणून द्यावीच लागेल. तरच पुढील पिढ्या तुला आपला म्हणतील; तुझा स्वीकार करतील.''

''सांगा भगवन्, ते कसे घडेल?''

''केवळ एकाच प्रकारे ते शक्य होईल. हा संहार तू सीतेसाठी केलाच नव्हतास. तारामती, मंदोदरी ह्या सगळ्या घटनाही सीतेच्या पुन:प्राप्तीसाठीच्या प्रक्रिया नव्हत्याच. हे सर्व निव्वळ धर्मनीतीचा आणि न्यायाचा विजय व्हावा ह्यासाठीच होते, हे पटवून देण्यासाठी, त्याचे प्रमाण म्हणून तू सीतेचा त्याग कर.''

''भगवंत!'' रामांचा स्वर एकाएकी चढला. स्फोटच जणू!

''होय वत्सा! असली प्रमाणे कधीतरी एखाद्या युगपुरुषालाच महा काळापुढे सादर करावी लागतात. तू एक 'युगकर्म' करून दाखवले आहेस, तर आता ते कर्म पूर्णत्वाला नेण्याचे उत्तरदायित्वसुद्धा पार पाड पुत्रा! सीतेचा त्याग कर!''

राम सुन्न झाला.

महा काळ जणू दाही दिशांनी त्याच्या रोमरोमाला येऊन भिडला.

वसिष्ठांच्या आश्रमातून परतल्यावर रामाच्या मनात आणखी एक तीव्र संघर्ष सुरू झाला. सीता-त्यागासाठी वसिष्ठांनी मांडलेला तर्क रामाला न्याय्य आणि उचित वाटत होता; परंतु सीतेचा त्याग का करायचा, ह्याचे पटण्यासारखे उघड कारण काहीच सापडत नव्हते. सीतेला त्यागण्याच्या केवळ कल्पनेनेही त्याला असह्य यातना होत होत्या. इतर कोणत्याही प्रकारच्या वियोगाचे दु:ख भोगायला त्याची तयारी होती, परंतु सीता-वियोग त्याला कल्पनेपलीकडे दुष्कर वाटत होता. कारण स्वत: रामाने लंकेच्या रणभूमीवरच सीतेची अग्निपरीक्षा घेतल्याचे शेकडो जणांनी प्रत्यक्ष पाहिले होते.

अग्निदिव्याइतक्या खडतर परीक्षेनंतर पुन्हा सीतेचा त्याग करताना इतरांनाच काय, सीतेलाही सांगण्यापुरते तरी निमित्त होते का? पुन्हा पुन्हा रामाला एकच प्रश्न सतावत होता – रावणाचा वध हा जर एका सुस्थापित, सुसंस्कृत तत्त्वाच्या रक्षणार्थ असेल; बळजबरीने एखाद्या परस्त्रीचे अपहरण करून तिच्या इच्छेविरुद्ध तिला आपल्या अंत:पुरात जबरदस्तीने राहायला लावणे हा अनाचार असेल आणि जर खरोखरच सदाचार आणि धर्म ह्यांच्या पुनर्स्थापनेसाठीच रावणाचा वध केला असेल, तर आता अग्निपरीक्षेनंतर सीतेचा पुन्हा त्याग करणे अधर्म होत नाही का?

रामाचा नाइलाज होता. त्याच्यापुढे दुसरा पर्यायच नव्हता. कुलगुरू वसिष्ठांनी समग्र घटनेमागची संगती विशद करून सांगितल्यानंतर दुसरे काही करण्यासारखे उरलेच नव्हते.

सीता-त्याग अनिवार्य होता!

पण प्राप्त परिस्थितीत सीतेला त्यागणार तरी कसे?

अगदी अलीकडेच, काही दिवसांपूर्वी सीतेने किंचित लाजत-लाजत रामाला ती आनंददायक गोष्ट सांगितली होती. सीता गर्भवती होती. अयोध्येला लवकरच राजकुमार मिळणार होता. वृत्त ऐकून रामाला अपार आनंद झाला होता. रामाचे

प्रसन्न मुख पाहून सीतेने जरा लाडिकपणे म्हटले होते, ''आर्यपुत्र, अलीकडे मला आपल्या पंचवटीतल्या दिवसांचे वारंवार स्मरण होते. खळाळणाऱ्या निर्झरकाठचे, ऋषींचे आश्रम आठवतात. वनांत लतावेलींवर सहजतेने फुललेल्या फुलांचा सुगंध पुन्हा एकदा श्वासात भरून घ्यावा असे वाटते. छोटी छोटी शिंगे आपल्या अंगांना घासून लाड करून घेणारी मृगशावके दिसू लागतात. सारखे वाटते की, हे सगळे पुन्हा एकदा पाहायला मिळाले तर किती मौज वाटेल!''

''त्यात कठीण ते काय सीते!'' रामाने तेव्हा म्हटले होते.

''तुझे दोहद पुरवणे हा तर माझा धर्मच आहे. तू निश्चिंत अस. लवकरच तुझी इच्छा पूर्ण होईल. तुला ऋषि-आश्रमात घेऊन जाण्याची मी व्यवस्था करतो.''

सीता प्रसन्नपणे हसली होती.

वसिष्ठांच्या आश्रमातून परतणाऱ्या रामाला सीतेचे डोहाळे आठवले. 'नाहीतरी सीतेला वनात जाण्याचेच डोहाळे लागले होते, नाहीतरी तिला ऋषि-आश्रमांचेच दर्शन घ्यावेसे वाटत होते, नाहीतरी आपण तिची इच्छा पूर्ण करायचे मान्य केलेच होते... तर मग... तर... मग....'

रामाने निर्णय घेऊन टाकला. त्याने लक्ष्मणाला तत्काळ आपल्या मंत्रणागृहात बोलावून घेतले. ह्या मंत्रणागृहात राम एखाद्याशी मसलत करत असतील, तर इतर कोणालाही तेथे प्रवेश मिळत नसे.

''लक्ष्मणा, एक अनिवार्य कामगिरी तुझ्यावर सोपवायची आहे.''

''आज्ञा श्रीरामा.''

''लक्ष्मणा, सीतेच्या उदरी बालजीव अंकुरत आहे.''

''ही तर अतिशय आनंदायी गोष्ट आहे रामा!''

''अशातच सीतेला वारंवार पंचवटीचे दिवस आठवतात. काही काळ वनातील ऋषि-आश्रमात राहायची तिची इच्छा लक्ष्मणा तुला पूर्ण करायची आहे.''

''अवश्य! ह्यात कठीण ते काय? अतिशय सोपे काम आहे.''

''तुला वाटते तेवढे सोपे नाही ते लक्ष्मणा! ह्यानंतर आता मी तुला जे सांगणार आहे, त्यावर तू एकही प्रतिप्रश्न न करता निमूटपणे माझ्या आज्ञेचे केवळ पालन करायचे आहेस. जमेल तुला?''

रामाच्या बोलण्यातला अव्यक्त गूढार्थ लक्षात येताच लक्ष्मण अस्वस्थ झाला. मान खाली घालून त्याने म्हटले, ''श्रीरामा, मी तुमचा अनुजच नव्हे, तर अनुचरही आहे. तुम्ही जी आज्ञा कराल ती धर्मप्रेरित आणि न्यायोचितच असेल, ह्याबद्दल मला कोणताही संदेह नाही. आपण नि:शंकपणे आज्ञा करावी.''

''उद्या सकाळी सीतेला तू रथातून शरयू नदीच्या विरुद्ध दिशेला गंगातटी महर्षी वाल्मिकींच्या आश्रमाजवळ घेऊन जा. आपले दोहद पुरवले जात आहेत असे

वाटून ती मोठ्या आनंदाने तुझ्यासमवेत येईल. आश्रमाजवळ एखाद्या योग्य जागी तिला उतरवून तू परत फिरायचे आहेस.''

"म्हणजे? तुम्ही हे काय बोलता रामा? गर्भवती देवी सीतेला अशा नाजूक अवस्थेत अरण्यात सोडून देऊन मी परत फिरू? ह्याचा अर्थ....''

"ह्याचा अर्थ एकच लक्ष्मणा की, मी सीतेचा त्याग करत आहे.'' रामाच्या आवाजात कंप होता.

"सी-ते-चा त्या-ग?'' लक्ष्मणाचा संपूर्ण देह थरथर कापू लागला. "पण... पण... असे का?''

"लक्ष्मणा,'' तीन अक्षरांवर साऱ्या त्रिभुवनाचा भार देत राम म्हणाले, "तू कोणताही प्रश्न करायचा नाहीस, हे मी तुला आधीच बजावले होते. मी तुला जे सांगितले, तो माझा निर्णय आहे, माझी आज्ञा आहे.''

"परंतु बंधो, देवी सीतेला तेथेच सोडून मी परत निघालो आणि त्यांनी मला विचारले की...''

"प्रतिप्रश्न नको! एकतर तुझ्याकडून माझ्या आज्ञेचे अनुसरण अथवा मग माझा देहत्याग. पर्याय एवढाच आहे.''

लक्ष्मण जागीच खिळून उभा राहिला. त्याचा पाय उचलेना; तोंडून शब्द फुटेना. लंकेच्या सीमेवर इंद्रजित, कुंभकर्ण, रावणादी असंख्य मायावी राक्षसांशी लढताना क्षणभरही विचलित न झालेला लक्ष्मण त्या क्षणी अत्यंत अस्वस्थ झाला. आजपर्यंत रामाचे वागणे इतके गूढ कधीच नव्हते. आत्ता मात्र ते गूढच नव्हे, तर अगम्य वाटत होते. काहीतरी गंभीर घडत होते, एवढे लक्ष्मणाच्या ध्यानात आले होते; परंतु त्या रहस्याचा काहीच धागा हाती लागत नव्हता. अधिक विलंब न करता रामाची आज्ञा पाळण्यावाचून दुसरा काहीही पर्याय लक्ष्मणापुढे उरलाच नव्हता.

आपल्या इच्छेनुसार आपल्याला वाल्मीकी आश्रमात घेऊन जाण्यासाठी रामाने सारी सिद्धता केल्याचे कळताच सीतेचा आनंद दुणावला. रात्री उशिरा निद्रावश झाल्यावरही तिच्या मिटल्या डोळ्यांपुढे तो गंगातट, तो रमणीय वाल्मीकी आश्रम, त्या यज्ञशाळा, गोशाळा, पाठशाळा... हीच दृश्ये तरळत होती. प्रभातकाळचा पहिला किरण अयोध्येच्या भूमीवर टेकण्याआधीच प्रात:कर्मे आटोपून सीता लक्ष्मणाची प्रतीक्षा करत होती. आश्रमात उपहार म्हणून नेण्यासाठी काही सुवर्णमुद्रा, विशेष प्रकारची आभूषणेही सीतेने आपल्याबरोबर घेतली. लक्ष्मण येताच तिने अतिशय प्रसन्नपणे लक्ष्मणाचे स्वागत केले.

लक्ष्मण काहीच बोलला नाही. नतमस्तक होऊन, नि:शब्दपणे तो सीतेला रथाकडे घेऊन निघाला. अयोध्या नगरीत प्रात:काळची लगबग आरंभ होण्यापूर्वीच रथ नगरीच्या वेशीबाहेर निघून गेला होता.

"सुमित्रानंदना," सीतेचा उत्साह तिच्या स्वरात मावत नव्हता. "प्रभात किती रमणीय आहे, होय ना?"

लक्ष्मणाने काहीच उत्तर दिले नाही. न ऐकल्यासारखे करून त्याने दुसरीकडे दृष्टी वळवली.

"तू बोलत का नाहीस लक्ष्मणा?" थोड्या वेळाने सीतेने पुन्हा एक प्रश्न केला. "तुझी अयोध्यानगरी आणि तुझा ज्येष्ठ भ्राता राम ह्यांचा विरह तुला दिवस-दोन दिवस सहन होत नाही का?"

आता लक्ष्मणाने दृष्टीच नव्हे, तर पाठही फिरवली. शत्रूच्या जीवघेण्या शस्त्रासारखे सीतेचे शब्द त्याचे हृदय विदीर्ण करत होते.

"अयोध्या काय अथवा राम काय, दोन्ही मलाही कमी का प्रिय आहेत? पण आज लक्ष्मणा, तू माझ्यासारख्या एका स्त्रीपेक्षाही अधिक भावनावश झालेला दिसतोस."

हर्षभरित होऊन सीता रस्ताभर अखंड बोलत राहिली. अगदी नाइलाजाने लक्ष्मण 'हो'–'नाही' अशी त्रोटक उत्तरे देत होता. गंगाकिनारी वाल्मीकी आश्रम दुरून दिसू लागताच लक्ष्मणाने रथ थांबवला.

"येथून आश्रमाची सीमा सुरू होते देवी! येथून आणखी पुढे आपल्याला रथ नेता येणार नाही. तुम्ही खाली उतरून त्या आसनावर बसून घ्या." पलीकडे असलेल्या एका शिलाखंडाकडे लक्ष्मणाने बोट दाखवले.

लक्ष्मणाने सुचवल्यानुसार सीता एका शिलाखंडावर विसावली. कितीही दक्षता बाळगली, तरी लक्ष्मणाच्या डोळ्यांच्या कडा ओलावल्याच. त्याचे पाणावलेले डोळे पाहून सीतेला कमालीचे आश्चर्य वाटले.

"तुझ्या डोळ्यांत अश्रू का?"

"मी मरणयातना भोगतो आहे म्हणून!" असे म्हणून लक्ष्मणाने सीतेच्या चरणांपाशी डोके टेकले. "माझा काही दोष नाही देवी आणि तरीही हे अत्यंत निंद्य कर्म करायची वेळ माझ्यावर आली आहे."

सीतेला काही उमजेना. लक्ष्मण हे असे काय बोलत होता? लक्ष्मणाचे शब्द तिच्या कानी पडत होते, परंतु त्याचा अर्थच लागत नव्हता. तिच्या हृदयात धस्स झाले.

"असे का बोलतोस देवरा? झाले तरी काय? जे काय असेल ते स्पष्टपणे सांगून टाक."

"देवी, ह्यापुढे तुम्ही येथेच राहून आश्रम-जीवन व्यतीत करायचे आहे."

"म्हणजे?" सीतेची काया नखशिखान्त कंप पावू लागली.

"राजा श्रीरामाने तुमचा त्याग केला आहे. तुम्हाला येथे सोडून मी अयोध्येला

परत फिरेन. ह्या पवित्र तपोवनात तुमचे उर्वरित जीवन सुखात जावो, अशी मी परमेश्वराजवळ प्रार्थना करतो.''

सीता दिङ्मूढ होऊन जागीच उभी राहिली. अवघे ब्रह्मांड जणू आपल्याभोवती गरगरत आहे, असे तिला वाटले. तिच्या कंठाला शोष पडला. कितीतरी वेळ तिच्या तोंडून शब्द फुटेना वाटले. लक्ष्मणही अचेतन झाल्यागत काहीच हालचाल न करता स्तब्ध उभा होता.

सीतेच्या डोळ्यांतून अश्रू ओघळत होते. रुद्ध कंठाने ती म्हणाली, ''सुमित्रानंदना, ह्यापूर्वीच्या वनवासात श्रीराम माझ्या सोबतीला होते आणि हे देवरा, तूसुद्धा होतास रे! आता मी अगदीच एकटी उरले! माझ्या पूर्वजन्मीचे कोणते पाप आहे लक्ष्मणा, मला कळत नाही रे!''

लक्ष्मणाने अवाक्षर उच्चारले नाही. उत्तरीयाच्या टोकाने त्याने आपले अश्रू पुसले.

''तुम्हा सर्वांच्या समक्षच मी अग्निपरीक्षा देऊन माझे निर्दोषत्व सिद्ध केले होते! आणि तरी माझ्या पतीने मला त्यागावे ह्या मागचे गूढच मला उकलत नाही. आत्ता, ह्या क्षणी, इथल्या इथेच वाहत्या गंगेत मी आत्मसमर्पण करून टाकले असते; पण माझे दुर्भाग्य काय सांगू, मी या गंगामाईच्या कुशीत शिरू शकत नाही. माझा ह्या देहात माझ्या पतीचा वंश श्वसतो आहे, तो मी नष्ट तरी कसा करू?''

सीतेचे बोल ऐकणेही असह्य व्हावे तसा पाठ फिरवून लक्ष्मण चालू लागला. आणखी एकही शब्द कानावर पडू नये, अशा त्वरेने तो रथाच्या दिशेने भरभर पावले टाकू लागला.

''थांब लक्ष्मणा!'' कापऱ्या आवाजात सीतेने आर्त साद घातली. ''लवकरच समोरच्या तपोवनातून ऋषींसह ऋषिकन्या, ऋषिकुमार आणि अन्य माता इकडे येतील. माझ्या पतीने मला टाकून दिले आहे, हे कळल्यावर त्या एक प्रश्न विचारल्याविना राहणार नाहीत की, अगे जनकनंदिनी, अग्निदिव्यातून पार पडल्यानंतरही अशा गर्भवती अवस्थेत तुझ्या पतीने तुझा का त्याग केला बाई? त्या वेळी लक्ष्मणा, मी त्यांना काय सांगू? कोणते उत्तर देऊ?''

जणूकाही ऐकलेच नाही अशा प्रकारे लक्ष्मण रथासमीप पोहोचला होता. रथात पाऊल ठेवताना क्षणैक थांबून त्याने मागे वळून पाहिले. दोघांनाही परस्परांच्या केवळ धूसर आकृती दिसत होत्या. दोघांचे डोळे पाण्याने काठोकाठ भरले होते.

''लक्ष्मणा, अरे त्यांच्या प्रश्नाचे मी समाधानकारक उत्तर देऊ शकले नाही, तर अयोध्यापती त्यांच्या नजरेतून उतरतील. रामांनी माझा त्याग केल्याने मला झालेल्या अपार दुःखापेक्षा धर्मसंरक्षक राजा रामाने अकारणच आपल्या पत्नीचा त्याग करून अधर्माचरण केले, असा बोल कोणी रामांना लावेल, ही कल्पना मला

अधिक दु:खदायक होईल.''

सीतेचा आवाज चढू लागला. उच्च स्वरात ती विचारत राहिली, ''सांग लक्ष्मणा, माझा दोष तरी काय तेवढे सांग. ह्या सगळ्यांना मी काय उत्तर देऊ ते तरी सांग!''

लक्ष्मणाच्या कानांवर हे शब्द पडणे शक्यच नव्हते. त्याचा रथ केव्हाच अयोध्येच्या मार्गावर वेगाने धावू लागला होता. सीतेच्या प्रश्नाचे व्याकूळ प्रतिध्वनी चहूबाजूंनी कल्लोळत होते. उत्तर नव्हतेच.

पुढ्यातील गंगा तेवढी नीरव संथपणे वाहत होती.

तत्कालीन आर्यावर्तात अयोध्येच्या इक्ष्वाकू वंशाचे श्रेष्ठत्व सिद्ध करणारा अश्वमेघ यज्ञ अखेरीस संपन्न झाला. कुलगुरू वसिष्ठांच्या आशीर्वचनांनी संतुष्ट झालेल्या रामाने यज्ञानिमित्ते केलेल्या दानाचा प्रवाह राजकोषातील अंतिम मुद्रेपर्यंत अविरत ठेवून सर्वांना तुष्ट केले. अश्वमेध यज्ञाच्या अनुष्ठानाला पत्नीसह बसण्याची परंपराही रामाने व्यवस्थित पार पाडली. हुबेहूब सीतेसारखीच दिसणारी सीतेची सुवर्णप्रतिमा इतकी सुंदर दिसत होती, जणू आत्ता तिचे ओठ हलतील, पापण्या लवतील! काही नगरजन तर खरोखरच भाबड्या आशेने तिच्याकडे टक लावून पाहत होते.

यज्ञ समाप्त झाला. अतिथींनी निरोप घेतला.

काळ कोणासाठी थांबत नसतो; रामासाठीही नाही.

काळाचा ओघ सुरूच होता.

एके दिवशी अयोध्येच्या प्रासादातील एका सभाखंडात राज्यकारभाराच्या कामकाजात राम मग्न असतानाच त्याच्या आयुष्यातील आणखी एक विलक्षण घटना घडली. घटना होती क्षुल्लक; परंतु....

सिंहासनावर विराजमान रामाच्या उजव्या तर्जनीमध्ये शोभून दिसणारी रत्नजडित सुवर्णमुद्रिका एकाएकी त्याच्या बोटातून निखळली. मुद्रिका बोटातून घरंगळली आणि त्याच वेळी खणकन बारीकसा आवाज झाला. लंकेत सीतेचा शोध घेतेवेळी आपली हीच मुद्रिका खूण म्हणून रामाने हनुमानाजवळ दिली होती. अशोकवाटिकेतून मुक्त झाल्यावर सीतेने ती पुन्हा रामाच्या स्वाधीन केली होती. त्या घनघोर युद्धादरम्यान अत्यंत चिंतित असलेली दु:खी सीता ह्या मुद्रिकेच्या आधारेच कशीबशी तग धरून होती. आता तीच मुद्रिका रामाच्या बोटातून घसरून भूमीवर पडली होती. रामाने दचकून खाली पाहिले. क्षणार्धापूर्वी खाली पडलेली मुद्रिका आता कोठेच दिसत नव्हती. राम नवलाने हनुमानाला म्हणाला, ''हनुमाना, माझी मुद्रिका सिंहासनाच्या

आसपास कोठेतरी पडलीसे वाटते. बघ, शोधून काढ.''

''जशी आज्ञा रघुवीर.'' हनुमान सिंहासनाभोवती बारकाईने शोधू लागला. मुद्रिका कोठेच दृष्टीस पडत नव्हती.

अचानक हनुमानाने पाहिले – सुवर्णमंडित सिंहासनाखाली भूमीवर एक बारीकशी फट पडली होती. एक अगदी छोटेसे छिद्रही होते. त्या छिद्रातूनच मुद्रिका भूमीत शिरली असावी असे हनुमानाला निश्चितपणे वाटू लागले.

''अयोध्यानरेश, आपली मुद्रिका छिद्रावाटे भूमीच्या आत शिरली असावी. आपली अनुज्ञा असेल, तर सूक्ष्म देह धारण करून मी ह्या फटीतून आत जातो आणि मुद्रिका घेऊन येतो.''

''ठीक आहे.''

अंगठ्याएवढ्या छिद्रात प्रवेश करता येईल एवढा सूक्ष्म देह धारण करून हनुमान त्यात शिरला.

आत उरतल्यावर मात्र त्याच्या आश्चर्याला पारावार उरला नाही. मुद्रिका कोठेच दिसत नव्हती. तो अधिक खोलवर जाऊ लागला. जसजसे आत जावे तसतशी अधिकाधिक विशाल सृष्टी त्याच्यापुढे साकार होऊ लागली. त्या सृष्टीत कोठेही कसलाही ध्वनी नव्हता, कोठेही कसलीही हालचाल नव्हती. वायूचेही जणू अस्तित्व उरले नव्हते. केवळ अवकाश! अनंत, असीम अवकाश! त्याखेरीज दुसरे काहीच नाही. सूक्ष्मदेहधारी हनुमान त्या अफाट अवकाशात हिंडत राहिला आणि अतीव आश्चर्याने तो एकाएकी थबकला. त्याच्यासमोर तीन स्त्रिया उभ्या होत्या. ह्यापूर्वी हनुमानाने स्त्रिया पाहिल्या नव्हत्या असे नाही. रावणाच्या शयनकक्षातही त्याला एकापेक्षा एक रूपवती स्त्रियांचे दर्शन घडले होते. स्वर्गलोकात महाराज इंद्राच्या सेवेला असलेल्या अप्सराही त्याला अपरिचित नव्हत्या; परंतु ह्या तीन स्त्रियांचा ओजस्वीपणा काही आगळाच होता. अशा तऱ्हेचे ओज त्याने ह्याआधी कोठेच पाहिले नव्हते. 'स्त्रिया अशाही असू शकतात?'

''हे कपि, तू कोण आहेस आणि येथे काय निमित्ये आला आहेस? पृथ्वीवरून अपघाताने येथे येऊन पडलेला दिसतोस.''

''आपले अनुमान सत्यच आहे माते. मी पृथ्वीतलावरूनच आलो आहे; परंतु मी येऊन पडलो नाही. माझे स्वामी अयोध्यानरेश रामचंद्रांची मुद्रिका शोधण्यासाठी मी येथवर आलो आहे.''

हनुमानाचे बोलणे ऐकून तिघी स्त्रिया एकमेकींकडे पाहून हसू लागल्या. 'ह्यात हसण्यासारखे काय आहे?' हनुमानाला नवल वाटले.

''ह्याला पाताळ लोक म्हणतात.'' एका स्त्रीने एक सुवर्णपात्र हनुमानापुढे ठेवून म्हटले, ''तू ह्या पात्रात उभा राहा म्हणजे आम्ही तुला ह्या पातळनगरीच्या

महाराजांकडे घेऊन जाऊ. मग तेच तुझी मुद्रिका शोधून देतील.''

हनुमानापुढे त्या स्त्रीने एक छोटेसे सुवर्णपात्र ठेवले. आपल्या सूक्ष्म रूपालाच ह्या स्त्रिया आपला नित्याचा वास्तव देह समजत आहेत, ह्या गोष्टीची हनुमानाला मौज वाटली. तळहाताएवढ्या त्या पात्रात तो स्वत: जाऊन उभा राहिला. तिघींपैकी एक स्त्री एखादे कमलपुष्प उचलावे इतक्या सहजतेने ते पात्र घेऊन चालू लागली. राम-रावणाच्या युद्ध काळात हिमालयातील एक पर्वतच्या पर्वत आपल्या तळहातावर तोलून क्षणभरात शेकडो योजने पार करणाऱ्या हनुमानाला एक स्त्री जेमतेम मुठीएवढ्या पात्रात घालून उचलून घेऊन जात होती. आपल्या प्रचंड सामर्थ्याने शंभर योजने समुद्र उल्लंघणारा हनुमान फुलाची पाकळी तळहातावरून अलगद न्यावी तसा वाहून नेला जात होता.

थोड्याच वेळात हनुमानाने पाहिले – एका अत्यंत विशाल, रमणीय उद्यानात एका भव्य सिंहासनावर पाताळलोकीचा अधिष्ठाता विराजमान झाला होता. त्या स्त्रियांबरोबर येत असताना हनुमान सतत रामनामाचा जप करत होता. त्या स्त्रीने आपल्या हातातील हनुमानासहित सुवर्णपात्र त्या तेजस्वी पुरुषापुढे ठेवले. अजूनही हनुमानाच्या मुखी रामनामाचा जप सुरूच होता. हनुमानाकडे दृष्टिक्षेप टाकून त्या पुरुषाने प्रश्न कला, ''वत्सा, कोण रे तू? आणि येथे कसा आलास?''

थोड्या वेळापूर्वी त्या स्त्रीनेही हाच प्रश्न विचारला होता. हनुमानाने इकडेतिकडे पाहिले. आता त्या स्त्रियांपैकी कोणीच तेथे नव्हते.

''हे पुरुषश्रेष्ठ,'' हनुमान म्हणाला, ''माझे नाव हनुमान आहे. माझे स्वामी अयोध्यापती रामांची मुद्रिका शोधत शोधत मी येथवर आलो आहे.''

''रामाची मुद्रिका?'' त्या पुरुषाच्या चेहऱ्यावर एक गूढ स्मित झळकले.

''म्हणजे पृथ्वीलोकातील सध्याच्या रामाची मुद्रिका पुन्हा एकवार येथे येऊन पोहोचली तर!''

''म्हणजे?'' हनुमानाला अतिशय आश्चर्य वाटले. ह्या पुरुषाच्या बोलण्याचा अर्थ तरी काय होता? त्याच्या बोलण्यामागे अवश्य काहीतरी गूढ दडले होते. ''तुम्ही काय म्हणता आहात महाराज? माझ्या रामांची मुद्रिका येथे पडली असेल, तर ती मला परत देण्याची कृपा करावी.''

''तुझ्या रामची मुद्रिका येथेच आहे.'' उत्तरेकडे बोट दाखवत तो तेजस्वी पुरुष म्हणाला, ''त्या तिकडे पलीकडच्या सरोवरात ती मुद्रिका पडली असेल. तू खुशाल ती काढून घे.''

हनुमानाने घाईघाईने उत्तरेकडे पाहिले. तेथे एक सुंदरसे सरोवर होते. लगबगीने हनुमान सरोवराकाठी गेला. स्फटिकासारख्या नितळ सरोवराच्या निर्मळ पाण्याकडे त्याने दृष्टी टाकली. सरोवराचे पाणी इतके स्वच्छ होते की, सरोवराचा तळही

अगदी स्पष्ट दिसत होता.

परंतु त्या सरोवराच्या तळाशी शेकडो मुद्रिका पडल्या होत्या. अगदी रामाच्या बोटातल्या मुद्रिकेसारख्याच असंख्य मुद्रिका त्या पाण्यात पडलेल्या दिसत होत्या. त्यांपैकी रामांची मुद्रिका नेमकी कोणती हे खात्रीपूर्वक ओळखणे हनुमानाला फारच कठीण वाटत होते. त्याहूनही अवघड प्रश्न होता, 'राम जी मुद्रिका आपल्या बोटात घालत असत तशाच अगदी हुबेहूब तशाच दिसणाऱ्या इतक्या साऱ्या मुद्रिका येथे जमल्याच कशा? कोठून आल्या? कशा आल्या?' हनुमानाच्या आश्चर्याला पारावार उरला नाही. मुद्रिकांच्या ह्या राशीतून रामांची मुद्रिका ओळखायची कशी हा मोठा अवघड प्रश्न त्याच्यापुढे निर्माण झाला होता आणि मुद्रिका प्रत्यक्ष डोळ्यांसमोर दिसत असताना रिकाम्या हाताने परत फिरण्याचा विचारही त्याला दुःखदायक वाटत होता.

मागे परत येऊन पाताळलोकीच्या त्या राजाला हनुमानाने नम्रपणे विचारले, ''भगवन्, तुम्ही कोण आहात ते मला माहीत नाही; परंतु तुम्ही मला साहाय्य कराल काय? स्वामी रामांच्या मुद्रिकेसारख्याच असंख्य मुद्रिका त्या सरोवरात पाहून मी गोंधळून गेलो आहे. रामांची मुद्रिका कोणती ते मला ओळखता येत नाही.''

''कपिवरा, मी महा काळ.''

''प्रणाम भगवंत!''

''मी आधी म्हटल्याप्रमाणे तुझ्या स्वामीची मुद्रिका येथेच आहे, परंतु मला ती ओळखता येणार नाही. एवढेच नव्हे, तर त्यासाठी मी तुला काहीही साहाय्य करू शकणार नाही कारण पृथ्वीलोकीच्या वर्तमान रामाचा समयावधी आता समाप्त झाल्याचाच हा संकेत आहे.''

''भगवंत,'' हनुमानाचा थरकाप झाला. ''हे तुम्ही काय बोलता? माझ्या समस्येचे निवारण करा भगवंत, कृपा करून माझ्यापुढे आणखी समस्या निर्माण करू नका.''

''हनुमाना, वत्सा, नीट लक्षपूर्वक ऐक. पृथ्वीतलावर वेळोवेळी अनेक राम होऊन गेले आहेत आणि ते सगळे कालांतराने कालचक्राच्या फेऱ्यात लुप्तही झाले आहेत. पृथ्वीतलावरून लुप्त होते वेळी त्यांची मुद्रिका येथे पाताळ लोकात येऊन पडते आणि ह्या सरोवरातच इतर मुद्रिकांमध्ये त्यांची भर पडत जाते. तू पाहिलेल्या सगळ्या मुद्रिका एका एका रामाच्या होत्या आणि हे सगळे रामही काळाच्या प्रवाहात अंतर्धान पावले आहेत. तुझ्या वर्तमान रामाचे अवतारकार्य पूर्ण झाले, म्हणूनच त्याची मुद्रिकाही मी येथे आणवून घेतली आहे. ती आता त्याच सरोवरात मुद्रिकांच्या राशीत सामावली आहे.''

महा काळाचे बोलणे ऐकून हनुमान अवाक् झाला. एक शब्दही न उच्चारता केवळ दोन्ही हात जोडून, नतमस्तक होऊन, डोळे मिटून उभा राहिला.

"जा, वत्सा जा." दूरवरून पडसाद यावे तसे महा काळाचे शब्द हनुमानाच्या कानांवर पडत होते. "तू पृथ्वीलोकी परत जा. तू अयोध्येस पोहोचेपर्यंत तुझ्या स्वामी रामांचे अवतारकार्य समाप्त झालेले असेल." हनुमान कितीतरी वेळ हा प्रतिघोष ऐकत उभा राहिला. नंतर त्याने डोळे उघडले. सर्वत्र भीषण शांतता पसरली होती. डोळ्यांपुढचे दृश्य आता दिसेनासे झाले होते. थोडा वेळा हनुमान तेथेच थांबला. त्याच्या ओठांतून शब्द ओघळला, "श्रीराम!"

पाठ फिरवून तो चालू लागला.

मुद्रिका शोधायला गेलेला हनुमान खूप वेळ होऊन गेल्यावरही परत न आल्यामुळे सभा विसर्जित करून राम महालातील आपल्या कक्षात परतला. हनुमान अजूनही कसा परतला नव्हता, ह्या चिंतेने त्याला घेरले. काळजीमुळे त्याची अस्वस्थता वाढू लागली, तोच द्वारपाले आत येऊन प्रमाण करत म्हणाला, "महाराज, महर्षी अतिबलांचा दूत आपल्या प्रतीक्षेत आहे आणि आपली तत्काळ भेट व्हावी अशी प्रार्थना करत आहे."

'अशा अवेळी येथे येऊन सांगितलाच पाहिजे असा कोणता तातडीचा संदेश महर्षी अतिबलांच्या दूताने आणला असावा?' हा प्रश्न रामाच्या मनात उद्भवला. "द्वारपाला, त्या दूताला सन्मानपूर्वक आत घेऊन ये." त्यांनी आदेश दिला.

थोड्याच वेळात तापसवेषधारी दूताचे आगमन झाले. रामाने त्याचा यथोचित आदरसत्कार केला.

"महर्षी अतिबलांचा जो संदेश असेल तो ऐकवा."

"रघुनंदना, हा संदेश अति महत्त्वाचा आहे. माझे बोलणे संपेपर्यंत ह्या कक्षात कोणीही प्रवेश करणार नाही, अशी चोख व्यवस्था करणे अत्यंत आवश्यक आहे. तुमच्या कक्षाबाहेर सामान्य द्वारपालाऐवजी एखाद्या विश्वासू व्यक्तीला प्रहरी म्हणून नेमा."

राम सावध झाला. असा विशेष विश्वासू एक हनुमानच होता. 'परंतु हनुमान आहे कोठे?' महर्षी अतिबलांबद्दल रामाने फारसे काहीच ऐकले नव्हते. 'अशा अज्ञात, अनोळखी महर्षींकडून संदेश घेऊन येणारा दूत अशा अटी घालतो, त्या अर्थी ह्या संदेशात काहीतरी रहस्य असलेच पाहिजे.'

रामाने लक्ष्मणाला बोलावून घेतले.

''लक्ष्मणा, मी ह्या अतिथीबरोबर मंत्रणा-कक्षात एका महत्त्वाच्या कामात गुंतलो आहे. आमचे संभाषण सुरू असेपर्यंत कोणीही कक्षात प्रवेश करू नये, अशी त्यांची इच्छा आहे. त्यानुसार बाहेरून कोणी आत येणार नाही, ह्याची तू स्वत: द्वारापाशी उभा राहून काळजी घे.''

''आज्ञा रामा!''

''तेवढे पुरेसे नाही महाराज!'' दूत पुढे येऊन म्हणाला. ''कक्षात येण्याची अनुज्ञा नसतानाही आपल्या संभाषणादरम्यान कोणाला आत येऊ दिले गेले, तर द्वारपालाला – म्हणजेच लक्ष्मणाला – मृत्युदंड देण्यात येईल असे वचन द्या.''

राम-लक्ष्मण दोघेही त्या विचित्र मागणीने गोंधळून गेले. 'विलक्षणच म्हणायचा हा तपस्वी आणि त्याचे दूतकर्मही तेवढेच विलक्षण! ...आणि ...कोण हे महर्षी अतिबल?'

''श्रीरामा, तुम्ही नि:शंकपणे ह्या दूताला वचन द्या. मी कोणालाही आत येऊ देणार नाही.''

आश्वासन देऊन लक्ष्मण कक्षाबाहेर पडला.

रामाचे वचन मिळाल्याने तपस्वी संतुष्ट झाला. रामाने दूतासह मंत्रणा-गृहात प्रवेश केला.

''महर्षी अतिबलांची मी काय सेवा करावी, ते तुम्ही आता नि:संकोचपणे सांगा.''

''हे वीरा, अतिबलांना महा काळाची भाषा समजते. महाकाळाशी केलेल्या संवादातून त्यांना जो संदेश मिळाला आहे, तोच मी तुम्हाला सांगणार आहे.''

''महा काळाला मी प्रणाम करतो. त्यांचा जो संदेश असेल त्याचे मी निश्चितच अनुसरण करेन.''

''रामा, साक्षात महा काळाने महर्षी अतिबलांद्वारे तुम्हाला संदेश पाठवला आहे की, मनुष्यमात्र एक विवक्षित, निश्चित असे अवतार-कार्य पार पाडण्यासाठी पृथ्वीतलावर जन्म घेत असतो. ते आपले अवतार-कार्य ज्या-त्या योग्य वेळी पूर्णतया जाणून घेण्याचे, योग्य वेळी पार पाडण्याचे आणि मुख्य म्हणजे त्यानंतर योग्य वेळी आपल्या कृतिशील जीवनातून निवृत्त होण्याचे भाग्य फार थोड्यांना लाभते.

''आणि रामा, महा काळाने स्वत: तुम्हाला संदेश पाठवला आहे की, ज्या उद्देशाच्या पूर्तीसाठी, ज्या हेतूने ह्या धरेवर तुमचा जन्म झाला होता तो हेतू, तो उद्देश संपन्न झाला आहे. तुमचे ह्या जन्माचे अवतार-कार्य श्रीरामा, पूर्णत्वाला गेले आहे; तेव्हा आता तुमचा हा जड देह तुम्ही आवरून घ्यावा.''

रामाच्या मुखावर स्मितहास्य विलसले. अतिशय हळुवारपणे तो म्हणाला,

''आपण साक्षात महा काळच आहात, महर्षी अतिबलांचे दूत नव्हे, हे मी जाणतो. हे महा काळा, मी आपल्याला वंदन करतो. आपला अलौकिक संदेश मला मान्य आहे, मी त्याचा स्वीकार करतो. खरेतर, गेल्या काही काळात मी आपल्या दर्शनाची आणि अशा संदेशाचीच प्रतीक्षा करत होतो.''

इकडे मंत्रणा-कक्षात रामाचे बोलणे चालले होते, त्याच वेळी द्वारपाल बनून दाराशी पहारा देत उभ्या असलेल्या लक्ष्मणापुढे अतिशय कठीण प्रसंग ओढवला होता. साक्षात दुर्वास ऋषी स्वत: त्याच्यासमोर उभे होते. लक्ष्मणाने त्यांना वंदन केले. यथोचित सत्कार करून त्यांचे स्वागत केले. दुर्वास घाईत होते. सत्कार स्वीकारून ते म्हणाले, ''लक्ष्मणा, आत्ता ह्या क्षणी मला श्रीरामचंद्राला भेटायचे आहे. पळभराचाही विलंब न करता तू मला रामाकडे घेऊन चल.''

लक्ष्मणापुढे धर्मसंकट उभे राहिले. मनाच्या द्विधा अवस्थेत त्याला काय करावे ते सुचेना. एकीकडे रामाची नि:संदिग्ध आज्ञा; दुसरीकडे दुर्वासांची आग्रही मागणी. रामाने महा काळाला वचन दिले होते, त्या वचनाला अनुसरूनच त्याने लक्ष्मणाला आज्ञा केली होती. रामाच्या आज्ञेचा भंग म्हणजे प्रत्यक्ष रामाचा वचनभंगच! अशक्य! केवळ अशक्य! हे होणे नाही. लक्ष्मण अतिशय नम्रपणे म्हणाला, ''हे महर्षी, आपण मला आज्ञा करा. आपल्या सेवेत कोणतीही उणीव राहणार नाही. श्रीराम ह्या क्षणी एका विशेष महत्त्वाच्या कामात गुंतले आहेत. ते तूर्त कोणालाच भेटू शकणार नाहीत. मला त्यांची तशी आज्ञाच आहे.''

''सुमित्राकुमारा,'' दुर्वास कोपून म्हणाले, ''महर्षी दुर्वासांना कोणतीही आज्ञा अडवू शकत नसते, एवढेसुद्धा तुला माहीत नाही काय? रामाची ही आज्ञा दुर्वासांसाठी असणे शक्यच नाही.''

''क्षमा असावी भगवंत! मी रामाचा सेवक आहे, त्यामुळे त्यांची आज्ञा मला बंधनकारक आहे.''

''लक्ष्मणा,'' दुर्वास संतापले. ''आपल्या उद्दामपणामुळे तू समग्र अयोध्येचा विनाश ओढवून घेत आहेस. माझी अवज्ञा मी कधीच खपवून घेत नसतो. तू मला आत्ता ह्या क्षणी रामाकडे घेऊन गेला नाहीस, तर रामासहित साऱ्या अयोध्या नगरीला आणि तिच्या भावी वंशजांनाही मी शाप देऊन नष्ट करून टाकीन.''

दुर्वासांचे ते संतापाचे उद्‌गार ऐकून लक्ष्मण विलक्षण अस्वस्थ झाला. दुर्वासांचा कोपिष्ट स्वभाव त्याला ज्ञात होता. दुर्वास म्हणतील, ते तत्काळ अक्षरश: सिद्ध करून टाकतील असे त्यांचे सामर्थ्य होते. त्यांच्या इच्छेअनुसार रामाशी त्यांची भेट घडवून आणली नसती, तर या महा कोपिष्ट ऋषींनी क्षणा-दोन क्षणांतच रामाला शाप द्यायला मागेपुढे पाहिले नसते. पाठोपाठ सगळी अयोध्याही नामशेष झाली असती.

आणि रामाची आज्ञा मोडून त्यांना आत नेले असते, तर....

...तर दिल्या वचनाने राम बांधला गेला होता.

लक्ष्मणाला मृत्युदंड अटळ होता.

लक्ष्मणाने क्षणार्धात निर्णय घेतला. रामासहित अयोध्या वाचवण्यासाठी लक्ष्मणाने स्वत:चे बलिदान दिले तर त्यात गैर काय? तो लक्ष्मणाचा धर्मच होता. नाहीतरी आता लक्ष्मणाच्या आयुष्यात करण्यासारखे ह्यापेक्षा अधिक काय उरले होते?

दुर्वास ऋषींसह लक्ष्मणाने मंत्रणा-गृहात प्रवेश केला, त्या वेळी राम सस्मित चेहऱ्याने महा काळाशी बोलत होता. ''आपल्या ह्या अद्भुत सूचनेचा मी स्वीकार करतो. वस्तुत: मी कधीपासूनच आपल्या दर्शनाच्या आणि अशा कल्याणकारी संदेशाच्या प्रतीक्षेत होतो.''

नेमक्या ह्याच क्षणी रामाची दृष्टी आत आलेल्या लक्ष्मणावर आणि दुर्वासांवर पडली. दुसऱ्या कोणी काही म्हणण्याआधीच अपराधी भावनेने भारलेल्या लक्ष्मणाने रामाला प्रमाण केला आणि विनम्रपणे म्हटले, ''बंधो, तुमच्या आज्ञेचे मी उल्लंघन केले आहे. ह्या तापसाला दिलेल्या वचनानुसार तुम्ही आता माझा वध करणे इष्ट आहे. तुमच्या हातून मृत्यू येऊन स्वर्गारोहण करण्याने मी धन्य होईन.''

''लक्ष्मणा, अरे तू हे काय बोलतोस? तू आलास तेव्हा आमचे संभाषण पूर्ण झाले होते, त्यामुळे तुला मृत्युदंडाच्या शिक्षेतून मी मुक्त करत आहे.''

''असंभव महाराज! ते शक्य नाही. माझ्यावरील प्रेमामुळे तुम्ही वचनभंग करायला प्रेरित व्हावे, हे महा पाप मी ओढवून घेणार नाही. आपली प्रतिज्ञा मोडून तर तुम्ही स्वत: नरकवासाला निमंत्रण देत आहात.''

राम विचारात पडला. लक्ष्मणाचे बोलणे तर्कसंगत होते. ते दुर्लक्षून चालणार नव्हते.

राम सावकाश बोलू लागला. ''अरे भ्रात्या, आपल्याला पूजनीय असणाऱ्यांनी आपला त्याग केला, तर साधुजन त्याला वधासमानच मानतात. तुला मी पूजनीय आहे. आत्ता ह्या घडीला मी तुझा त्याग करत आहे. आता तू प्रत्यक्ष मृत्युदंडाचा आग्रह धरण्याचे काहीच कारण नाही.''

लक्ष्मण रामाकडे एकटक पाहत राहिला. त्याच्या डोळ्यांत आसवे दाटली होती. त्याने रामाचे चरण स्पर्शले. रामाकडे न बघता, सावकाश पावले टाकत तो चालू लागला.

परंतु तेथून निघाल्यावर लक्ष्मण स्वगृही गेला नाही. भूमीच्या तळाचा ठाव घेत असल्यासारखा तो भूमीकडे दृष्टी खिळवून शरयूच्या प्रवाहाच्या दिशेने निघाला. शरयूतीरी आल्यावर त्याने आकाशाकडे पाहिले. 'ही धरा... हे आकाश...आणि आता हे जल....'

लक्ष्मणाने नेत्र मिटून घेतले. तो शांत, स्थिर उभा राहिला आणि दुसऱ्याच क्षणी त्याने पाण्यात पाऊल टाकले. मध्यान्हीचा सूर्य माथ्यावर आला होता. नदीच्या जलाचे अर्घ्य देऊन त्याने सूर्याला वंदन केले आणि तो शरयूच्या पात्रात शिरला. हळूहळू नदीचे जल त्याच्या कंठापर्यंत येऊन पोहोचले. लक्ष्मणाने श्वास रोधून ठेवला. सगळी इंद्रिये आवरून घेतली आणि विमुक्त झालेल्या चेतन तत्त्वाला वंदन करत असल्यासारखे त्याने आपले मस्तक जलप्रवाहाच्या आत ओढून घेतले. ॐ... ॐ...

नदीच्या प्रवाहातून जणू प्रतिघोष निनादला.

क्षणभर पृष्ठभागी तरंग उठले आणि अविरत वाहणाऱ्या कालप्रवाहासारखाच शरयूचा तो जलप्रवाहसुद्धा कोणाचीच कसलीच दखल न घेता यथावत् अखंड वाहत राहिला.

असे म्हणतात की, लक्ष्मणाच्या त्या जलसमाधीनंतर रामानेही महा काळाचा संदेश स्वीकारून शरयूच्या जलप्रवाहातच आपले अवतार-कार्य समाप्त केले.

www.ingramcontent.com/pod-product-compliance
Lightning Source LLC
Chambersburg PA
CBHW031207260626
47169CB00004B/1273
9788184982923